ನಿಮ್ಮ ಬೆಡ್ ತಯಾರಿಸಿ

ಚಿಕ್ಕ ವಿಷಯಗಳು ನಿಮ್ಮ ಬದುಕನ್ನು
ಬದಲಾಯಿಸಬಹುದು... ಬಹುಶಃ ನೀವು ಜಗತ್ತನ್ನೂ

ನಿಮ್ಮ ಬೆಡ್ ತಯಾರಿಸಿ

ಚಿಕ್ಕ ವಿಷಯಗಳು ನಿಮ್ಮ ಬದುಕನ್ನು
ಬದಲಾಯಿಸಬಹುದು... ಬಹುಶಃ ನೀವು ಜಗತ್ತನ್ನೂ

ವಿಲ್ಲಿಯಂ ಎಚ್. ಮೆಕ್‌ರಾವೆನ್

ಕನ್ನಡಕ್ಕೆ: ಡಾ। ಶಿವಾನಂದ ಬೇಕಲ್

MANJUL
ಮಂಜುಳ ಪಬ್ಲಿಷಿಂಗ್ ಹೌಸ್

First published in India by

MANJUL

Manjul Publishing House

Corporate and Editorial Office

• 2nd Floor, Usha Preet Complex, 42 Malviya Nagar, Bhopal 462 003 - India

Sales and Marketing Office

• C-16, Sector 3, Noida, Uttar Pradesh 201301, India
Website: www.manjulindia.com

Distribution Centres

Ahmedabad, Bengaluru, Bhopal, Kolkata, Chennai,
Hyderabad, Mumbai, New Delhi, Pune

Kannada translation of *Make Your Bed: Feel grounded and think positive in 10 simple steps* by *William H. McRaven*

This edition first published in 2023

ISBN 978-93-5543-204-9

Translated by Dr. Shivanand Bekal

Printed and bound in India by Thomson Press (India) Ltd.

ನನ್ನ ಮೂವರು ಮಕ್ಕಳಿಗೆ: ಬಿಲ್, ಜಾನ್ ಮತ್ತು ಕೆಲ್ಲಿಗೆ.
ನಿಮ್ಮಿಂದ ನನಗೆ ಸಿಕ್ಕ ಗೌರವದಷ್ಟು ಬೇರಾವ ತಂದೆಗೂ
ಸಿಕ್ಕಿರಲಾದೇನೋ. ನೀವು ಈ ಜಗತ್ತಿನಲ್ಲಿ ಇದ್ದುದರಿಂದಲೆ
ನನ್ನ ಬದುಕಿನ ಪ್ರತಿ ಕ್ಷಣ ಅದ್ಭುತವಾಗಿ ಪರಿಣಮಿಸಿತು.
ಮತ್ತು ನನ್ನ ಪತ್ನಿ ಜಾರ್ಜ್‌ಆ್ಯನ್‌ಗೆ, ನನ್ನ ಅತ್ಯಂತ ಆತ್ಮೀಯ
ಸ್ನೇಹಿತೆ, ನನ್ನ ಕನಸುಗಳನ್ನು ಸಾಕಾರಗೊಳಿಸಿದವಳು.
ನೀನಿಲ್ಲದೆ ನಾನು ಎಲ್ಲಿರುತ್ತಿದ್ದೆನೋ ಏನೋ?

ಅನುಕ್ರಮಣಿಕೆ

ಮುನ್ನುಡಿ

2014ರ ಮೇ 17ರಂದು ಆಸ್ಟಿನ್‌ನ ಟೆಕ್ಸಾಸ್ ವಿಶ್ವವಿದ್ಯಾಲಯದ ಪದವೀಧರ ಪ್ರಾರಂಭೋತ್ಸವದಲ್ಲಿ ನಾನು ಆರಂಭಿಕ ಭಾಷಣವನ್ನು ನೀಡುವ ಗೌರವಕ್ಕೆ ಭಾಜನನಾದೆ. ನಾನು ಅದೇ ಯುನಿವರ್ಸಿಟಿಯ ಪೂರ್ವ ವಿದ್ಯಾರ್ಥಿಯಾಗಿದ್ದರೂ, ನಾನೊಬ್ಬ ಮಿಲಿಟರಿ ಅಧಿಕಾರಿ-ಯಾಗಿದ್ದು, ನನ್ನ ವೃತ್ತಿ ಯುದ್ಧ ಕೌಶಲ್ಯಗಳಿಗೆ ಸೀಮಿತವಾಗಿದ್ದರಿಂದ, ಸಭೆಯಲ್ಲಿ ನನ್ನ ಉಪಸ್ಥಿತಿ ಅಷ್ಟೊಂದು ಸ್ವೀಕಾರಾರ್ಹವಾಗಲಾರದು ಎಂದು ಭಾವಿಸಿದ್ದೆ. ಆದರೆ ಆಶ್ಚರ್ಯದ ಸಂಗತಿ ಎಂದರೆ, ಪದವೀಧರರಾಗಲಿರುವ ವಿದ್ಯಾರ್ಥಿಗಳು ನನ್ನ ಭಾಷಣವನ್ನು ಕೇಳುತ್ತ ಮೈಮರೆತರು. **ನೇವಿ ಸೀಲ್** ತರಬೇತಿ– (Navy SEAL training-ಎಸ್.ಇ.ಎ.ಎಲ್. ಅಂದರೆ ಸೀ, ಏರ್, ಲ್ಯಾಂಡ್ ಎಂಬ ಅಮೆರಿಕಾದ ಸ್ಪೆಶಲ್ ಆಪರೇಶನಲ್ ಫೋರ್ಸ್‌ನ ತರಬೇತಿ)ಯಲ್ಲಿ ನಾನು ಕಲಿತ ಪಾಠಗಳನ್ನು, ಅವೇನು ಟೀಕೆಗಳಾಗಿದ್ದವೋ, ಅವುಗಳಿಗೆ ಜಾಗತಿಕ ಮಟ್ಟದಲ್ಲಿ ಸ್ಪಂದನೆ ಇದ್ದಂತೆ ತೋರುತ್ತಿತ್ತು. ಅವು ನೇವಿ ಸೀಲ್ ತರಬೇತಿಯ ಸವಾಲುಗಳನ್ನು ಎದುರಿಸಲಿರುವ ಸರಳ ಪಾಠಗಳಿದ್ದವು, ಅದೇ ವೇಳೆ ನೀವು ಯಾರೇ ಆಗಿರಲಿ, ಆ ಹತ್ತು ಪಾಠಗಳು ಬದುಕಿನ ಪಂಥಾಹ್ವಾನಗಳನ್ನು ಪರಿಹರಿಸಲಿರುವ ಪ್ರಮುಖ ಪಾಠಗಳೂ ಆಗಿದ್ದವೇನೋ. ಕಳೆದ ಮೂರು ವರ್ಷಗಳಿಂದ ರಸ್ತೆಯಲ್ಲಿ ಅತ್ತಿತ್ತ

ಸಂಚರಿಸುವ ಸಮಯ ಗಣ್ಯಮಾನ್ಯರೆಂದು ಗುರುತಿಸಲ್ಪಡುವ ದಾರಿಹೋಕರು, ನನ್ನನ್ನು ತಡೆದು ತಮ್ಮ ತಮ್ಮ ಕಥೆಗಳನ್ನು ನನಗೆ ಹೇಳುವಂತಾದರು. ಅಂತಹ ಕಥೆಗಳು ರೋಚಕವಾಗಿದ್ದು, ತಾವು ಶಾರ್ಕ್‌ಗಳನ್ನು ಹೇಗೆ ಎದುರಿಸಲು ಶಕ್ತರಾದರು ಎಂದೋ, ಕರೆಗಂಟೆಯನ್ನು ಬಾರಿಸಿ ಯಾರದೋ ಸಹಾಯವನ್ನು ಯಾಚಿಸಿದ್ದನ್ನೋ ಅಥವಾ ಪ್ರತಿದಿನ ಮುಂಜಾನೆ ಎದ್ದೊಡನೆ ತಮ್ಮ ಹಾಸಿಗೆಯನ್ನು ಹೇಗೆ ಸರಿಪಡಿಸುತ್ತಿದ್ದರು ಎಂಬುದನ್ನೋ ಅಂತೆಯೇ ತಮ್ಮ ಬದುಕಿನಲ್ಲಿ ಎದುರಾದ ಕಠಿಣ ವಿದ್ಯಮಾನಗಳನ್ನು ಹೇಗೆ ಸಶಕ್ತವಾಗಿ ಎದುರಿಸಿದರು ಎಂದೋ ಹೇಳತೊಡಗುತ್ತಿದ್ದರು. ಹತ್ತು ಪಾಠಗಳು ನನ್ನ ಬದುಕನ್ನು ಹೇಗೆ ರೂಪಿಸಿದವು ಎಂದು ತಿಳಿಯಲು ಅವರು ದುಂಬಾಲುಬಿದ್ದರು. ಈ ಚಿಕ್ಕ ಪುಸ್ತಕ ಅದನ್ನು ಸಾದರಪಡಿಸಲಿರುವ ಪುಟ್ಟ ಪ್ರಯತ್ನವೆನ್ನಬಹುದು. ಪ್ರತಿಯೊಂದು ಪಾಠವೂ ತುಸು ಹೆಚ್ಚೇ ವೈಯಕ್ತಿಕ ವಿಷಯದ ಮೇಲೆ ಬೆಳಕು ಚೆಲ್ಲುತ್ತದೆ. ಮಾತ್ರವಲ್ಲ ನನ್ನಲ್ಲಿ ಪ್ರೇರಣೆ ಹುಟ್ಟಿಸಿದ ಅಂತಹ ವ್ಯಕ್ತಿಗಳ ಒಂದು ಪುಟ್ಟ ಕಥೆಯನ್ನೂ ಇಲ್ಲಿ ಸೇರಿಸುತ್ತ ಬಂದಿದ್ದೇನೆ – ಅದು ಅವರ ಅವಿರತ ಪ್ರಯತ್ನವಿರಬಹುದು, ಅವರ ಗೌರವಯುತ ನಡವಳಿಕೆ ಇದ್ದಿರಬಹುದು, ಇಲ್ಲವೇ ಅವರ ಸಾಹಸಮಯ ಆಖ್ಯಾಯಿಕೆಯ ತುಣುಕುಗಳಿದ್ದಿರಬಹುದು. ನೀವು ಈ ಪುಸ್ತಕವನ್ನು ನಿಜಾರ್ಥದಲ್ಲಿ ಆಸ್ವಾದಿಸುವಿರೆಂಬ ಭರವಸೆ ನನ್ನದು!

ನಿಮ್ಮ ಬೆಡ್ ತಯಾರಿಸಿ

ಅಧ್ಯಾಯ ಒಂದು

ಕಾರ್ಯಭಾರವೊಂದನ್ನು ಪೂರ್ತಿಗೊಳಿಸುವುದರೊಂದಿಗೆ ನಿಮ್ಮ ದಿನವನ್ನು ಪ್ರಾರಂಭಿಸಿ

ನೀವು ಜಗತ್ತನ್ನು ಬದಲಿಸಬೇಕೆಂದುಕೊಂಡರೆ...

ನಿಮ್ಮ ಬೆಡ್‌ನ್ನು ತಯಾರಿಸುವುದರೊಂದಿಗೆ ಪ್ರಾರಂಭಿಸಿ.

ಪೆಸಿಫಿಕ್ ಸಾಗರದಿಂದ ಕೇವಲ ನೂರು ಗಜ ದೂರದಲ್ಲಿರುವ ಕ್ಯಾಲಿಫೋರ್ನಿಯಾದ ಕೊರೊನಡೋ ಬೀಚ್‌ನಿಂದ ಬೇಸಿಕ್ ಸೀಲ್ ಟ್ರೈನಿಂಗ್ ಸೆಂಟರ್‌ನ ಮೂರು ಅಂತಸ್ತುಗಳುಳ್ಳ ಕಟ್ಟಡದಲ್ಲಿ ಸೇನಾಪಾಳ್ಯ (ಬ್ಯಾರಕ್) ಸ್ಥಿತ್ಯವಾಗಿತ್ತು. ಕಟ್ಟಡದಲ್ಲಿ ಎಸಿ ಇಲ್ಲ, ಮತ್ತು ರಾತ್ರಿಯ ವೇಳೆ ಸಮುದ್ರದ ಅಲೆಗಳು ತೀರದ ಮರಳಿಗೆ ಅಪ್ಪಳಿಸುವ ಗರ್ಜನೆ ಕಟಕಿಗಳ ಮೂಲಕ ಹರಿದು ಬಂದು ಆವ್ಯಾಹತವಾಗಿ ನಿಮ್ಮ ಕಿವಿಗಡಚಿಕ್ಕುತ್ತಲಿರುತ್ತವೆ.

ಸೇನಾ ಪಾಳ್ಯಗಳಲ್ಲಿನ ಕೊಠಡಿಗಳಲ್ಲಿ ಯಾವುದೇ ಭೋಗ ವಸ್ತುಗಳಿರಲಿಲ್ಲ. ನಾನು ಉಳಿದುಕೊಂಡಿದ್ದ ಅಧಿಕಾರಿಗಳ ಕೊಠಡಿಯಲ್ಲಿ ಇನ್ನೂ ಮೂವರು ನನ್ನ ಸಹಪಾಠಿ ಸಂಗಡಿಗರಿದ್ದರು; ಅಲ್ಲಿ ನಾಲ್ಕು ಹಾಸಿಗೆಗಳಿದ್ದವು. ಬಚ್ಚಲು ಮನೆಯಲ್ಲೇ ನಮ್ಮ ಸಮವಸ್ತ್ರಗಳನ್ನು ತೂಗುಹಾಕಬೇಕಿತ್ತು. ಅಷ್ಟೇ, ಬೇರೇನೂ ಅಲ್ಲಿ ಇದ್ದಿರಲಿಲ್ಲ. ಅಂದಿನ ಮುಂಜಾನೆಗಳಲ್ಲಿ ಸೇನಾಪಾಳ್ಯಗಳಲ್ಲಿ ನಾನು ನನ್ನ ನೇವಿ ರ್‍ಯಾಕ್‌ಗಳನ್ನು ಸುತ್ತಿಡುತ್ತಿದ್ದೆ ಮತ್ತು ತಕ್ಷಣ ನನ್ನ ಮಲಗುವ ಬೆಡ್‌ನ್ನು ಸಿದ್ಧಪಡಿಸಿ ಇಡುತ್ತಿದ್ದೆ. ಅದೇ ದಿನದ ಪ್ರಥಮ ಕಾರ್ಯಭಾರವಾಗಿರುತ್ತಿತ್ತು. ಆ ದಿನವಿಡೀ, ಸಮವಸ್ತ್ರದ ತಪಾಸಣೆ, ದೀರ್ಘಕಾಲದ ಈಜು, ಮೈಲುದ್ದದ ಓಟ, ಅಡೆತಡೆಗಳ ಓಟ ಮತ್ತು ಸೀಲ್ ತರಬೇತುದಾರರಿಂದ ನಿರಂತರವಾಗಿ ವರ್ಷಿಸಲ್ಪಡುತ್ತಿದ್ದ ನಿರ್ದಯ ಕಿರುಕುಳ ಸಾಂಗವಾಗಿ ನಡೆಯುತ್ತಲೇ ಇದ್ದಿತು.

ತರಬೇತುದಾರ ಡೇನಿಯಲ್ ಸ್ಟಿವಾರ್ಡ್ ಲೆಫ್ಟಿನೆಂಟ್ ಜೂನಿಯರ್ ಗ್ರೇಡ್ ಕೊಠಡಿಯನ್ನು ಪ್ರವೇಶಿಸುತ್ತಿದ್ದಂತೆಯೇ ಕ್ಲಾಸ್ ಲೀಡರ್ "ಅಟೆಂನ್ಶನ್!" ಎಂದು ಬೊಬ್ಬಿರಿದ. ಬೆಡ್‌ನ ಕಾಲ್ಬುಡದಲ್ಲಿ ನಿಂತಿದ್ದ ನಾನು ನನ್ನ ಪಾದಗಳನ್ನು ತಕ್ಷಣ ಎತ್ತಿ ಕುಕ್ಕಿದೆ. ಚೀಫ್ ಪೆಟ್ಟಿ ಆಫೀಸರ್ ನನ್ನ ಕಡೆಗೆ ಹಾಯ್ದು ಬಂದ. ಕಟ್ಟುನಿಟ್ಟಿನ ಮತ್ತು ಹಿಂಡಿದ ಮುಖಭಾವದ ತರಬೇತುದಾರ ನನ್ನ ಹಸುರು ಬಣ್ಣದ ಹ್ಯಾಟ್‌ನ ಎಂಟು ಮೂಲೆಗಳ "ಕವರ್", ಸ್ಟಾರ್ಚ್‌ನಿಂದ ಗರಿಮುರಿಯಾಗಿದೆಯೇ, ಸೂಕ್ತವಾಗಿ ಬೆಸೆಯಲ್ಪಟ್ಟಿವೆಯೇ ಎಂದು ಪರೀಕ್ಷಿಸಲು ತೊಡಗಿದ. ನನ್ನನ್ನು ಕೆಳಗಿನಿಂದ ಮೇಲಿನವರೆಗೆ ನನ್ನ ಸಮವಸ್ತ್ರದ ಪ್ರತಿಯೊಂದು ಇಂಚನ್ನೂ ಬಿಡದೆ ಪರೀಕ್ಷಕ ದೃಷ್ಟಿಯಿಂದ ಆತ ನೋಡುತ್ತ ಹೋದ. ಷರ್ಟು ಮತ್ತು ಚೆಡ್ಡಿಯಲ್ಲಿನ ಮಡಿಕೆಗಳು ಸರಿಯಾಗಿ ಹೊಂದಿಕೊಳ್ಳುವಂತಿವೆಯೇ ಎಂಬುದರ ಮೇಲೂ ನಿಗಾಹರಿಸಿದ. ಬೆಲ್ಟ್‌ನ ಮೇಲಿನ ಹಿತ್ತಾಳೆ ಕನ್ನಡಿಯಂತೆ ಮಿರುಮಿರುಗುತ್ತಿದೆಯೇ ಎಂದು ಪರೀಕ್ಷಿಸಿದ. ನನ್ನ ಬೂಟುಗಳ ಕಡೆಗೆ ಕಣ್ಣೋಡಿಸಿ ಅದರಲ್ಲಿ ಆತ ತನ್ನ ಕೈಬೆರಳುಗಳ ಪ್ರತಿಬಿಂಬ ಕಾಣಿಸುತ್ತಿದೆಯೇ ಎಂದು ಪರಿಶೀಲಿಸಿದ. ಸೀಲ್ ಟ್ರೈನಿಯ ಎಲ್ಲಾ ಅತ್ಯುನ್ನತ ಮಟ್ಟವನ್ನು ನಾನು ಕಾಪಾಡಿಕೊಂಡಿದ್ದೇನೆಂಬ ತೃಪ್ತಿಯೊಂದಿಗೆ ನನ್ನ ಬೆಡ್ ಕಡೆಗೆ ತಿರುಗಿ ಪರೀಕ್ಷಿಸತೊಡಗಿದ.

ಆ ಕೊಠಡಿ ಎಷ್ಟು ಸರಳವಾಗಿತ್ತೋ ಬೆಡ್ ಕೂಡಾ ಅಷ್ಟೇ ಸರಳವಾಗಿತ್ತು. ಒಂದು ಉಕ್ಕಿನ ಫ್ರೇಮ್ ಅದರ ಮೇಲೊಂದು ಹಾಸಿಗೆ. ಅಷ್ಟೇ. ಒಂದು ತಳಭಾಗದ ಹೊದಿಕೆ ಅದನ್ನು ಮುಚ್ಚಿದ್ದರೆ, ಅದರ ಮೇಲೊಂದು ಹೊದಿಕೆ ಆವರಿಸಿತ್ತು. ಸ್ಯಾನ್ ಡಿಯಾಗೋನ ಇರುಳಿನ ಚಳಿಯಿಂದ ರಕ್ಷಿಸಿಕೊಳ್ಳುವ ಸಲುವಾಗಿದ್ದ ಒಂದು ನುಣುಪಾದ ವುಲ್ಲನ್ ಬ್ಲ್ಯಾಂಕೆಟ್ ಹಾಸಿಗೆಯ ತಳಭಾಗಕ್ಕೆ ಹೊಂದಿಸಿ ಇಡಲಾಗಿತ್ತು. ಇನ್ನೊಂದು ಬ್ಲ್ಯಾಂಕೆಟ್‌ನ್ನು ಆಯತಾಕಾರದಲ್ಲಿ ಮಡಚಿ ಗಾದಿಯ ಕಾಲಿಡುವ

ಭಾಗದಲ್ಲಿ ಹೊಂದಿಸಲಾಗಿತ್ತು. ಲೈಟ್‌ಹೌಸ್ ಫಾರ್ ಬ್ಲೈಂಡ್‌ನವರಿಂದ ನಿರ್ಮಿಸಲಾಗಿದ್ದ ಒಂದು ತಲೆದಿಂಬನ್ನು ಹಾಸಿಗೆಯ ತುತ್ತತುದಿಯ ಮಧ್ಯಭಾಗದಲ್ಲಿ ಇರಿಸಿ ತೊಂಭತ್ತು ಡಿಗ್ರಿ ಕೋನದಲ್ಲಿ ಕಾಲ್ಭಾಗದ ಬ್ಲ್ಯಾಂಕೆಟ್‌ನ ಸಮಕ್ಕೆ ಸಮರೇಖೆಯಲ್ಲಿ ಹೊಂದಿಸಲಾಗಿತ್ತು. ಇದು ಪ್ರಮಾಣಿತ ಪದ್ಧತಿ. ಹೀಗಿರುವ ಪದ್ಧತಿಯಿಂದ ಕೊಂಚವೇ ವಿಚಲಿತನಾದರೆ ನನ್ನನ್ನು ಸಮುದ್ರ ಕಿನಾರೆಯ ಬಿಳಿನೊರೆಯಲ್ಲಿ ಜಾಲಾಡಿಸಿ ಒಗೆಯುವ ಸಾಧ್ಯತೆಯಿತ್ತು, ಅದನ್ನೇ "ಶುಗರ್ ಕುಕ್ಕೀ" ಎಂದು ಕರೆಯುತ್ತಿದ್ದರು.

ಅಲುಗಾಡದೆ ನಿಂತಿದ್ದ ನನಗೆ ನನ್ನ ಕಣ್ಣಿನ ಮೂಲೆಯಲ್ಲಿ ತರಬೇತುದಾರ ಕಾಣಿಸುತ್ತಿದ್ದ. ಆತ ನನ್ನ ಬೆಡ್‌ನ್ನು ಬೇಸರದಿಂದ ವೀಕ್ಷಿಸಿದಂತಿತ್ತು. ಹಾಸಿಗೆಯ ಮೇಲೆ ಬಾಗಿ ಆತ ಬೆಡ್‌ನ 'ಹಾಸ್ಪಿಟಲ್ ಮೂಲೆ'ಗಳನ್ನು ಜತನದಿಂದ ಪರೀಕ್ಷಿಸಿದ. ಮತ್ತೆ ಬ್ಲ್ಯಾಂಕೆಟ್ ಹಾಗೂ ದಿಂಬು ಸರಿಯಾಗಿ ಸಮರೇಖೆಯಲ್ಲಿವೆಯೇ ಎಂಬುದನ್ನು ಸಮೀಕ್ಷೆಗೆ ಒಳಪಡಿಸಿದ. ನಂತರ ನನ್ನ ಬೆಡ್‌ನ ಅಂತಿಮ ಪರೀಕ್ಷೆ ಸರಿಬರುತ್ತಿದೆಯೇ ಎಂದು ನಿಶ್ಚೈಸಿ ತೀರ್ಮಾನಕ್ಕೆ ಬರಲು ತನ್ನ ಜೇಬಿನಿಂದ ಕ್ವಾರ್ಟರ್‌ನ್ನು ಹೊರತೆಗೆದು ಗಾಳಿಯಲ್ಲಿ ಹಲವು ಸಾರಿ ತೂರಿದ. ಅಂತಿಮ ಫಲಿತಾಂಶ ಬರುತ್ತಲಿದೆ ಎಂದು ನನಗನಿಸಿತು. ಕ್ವಾರ್ಟರ್ ಕಟ್ಟಕಡೆಯ ಎಸೆತದಲ್ಲಿ ಎತ್ತರಕ್ಕೆ ಸಾಗಿ ಗಾದಿಯ ಮೇಲೆ ತುಸು ಪುಟಿಯಿತು. ಹಾಗೆ ಅದು ಹಲವು ಇಂಚುಗಳಷ್ಟು ಮೇಲಕ್ಕೆ ನೆಗೆಯುತ್ತ ತರಬೇತುದಾರನ ಕೈಗೆ ಸಿಗುವಷ್ಟು ನೆಗೆಯಿತು.

ಹಾಗೆಯೇ ಓಲಾಡಿ ಆತ ನನ್ನತ್ತ ತಿರುಗಿ ನನ್ನ ಕಣ್ಣಲ್ಲಿ ಕಣ್ಣಿಟ್ಟು ನೋಡಿ ತಲೆಯಾಡಿಸಿದ. ಆತ ಒಂದು ಶಬ್ದವನ್ನೂ ನುಡಿಯಲಿಲ್ಲ. ನನ್ನ ಹಾಸಿಗೆ ಸರಿಯಾಗಿಯೇ ಸಿದ್ಧವಾಗಿದೆ ಎನ್ನುವುದು ಯಾವ ಬಗೆಯ ಹೊಗಳಿಕೆಗೂ ಅವಕಾಶ ನೀಡದು ಎನ್ನುವುದು ಸ್ಪಷ್ಟವಿತ್ತು. ಹಾಗೆ ಸರಿಯಾಗಿರಿಸುವುದು ನನ್ನ ಕರ್ತವ್ಯವಾಗಿತ್ತು. ಅದು ಆ ದಿನದ

ನನ್ನ ಮೊದಲ ಕಾರ್ಯಭಾರವಾಗಿತ್ತು. ಅದನ್ನು ಸರಿಯಾಗಿ ಮಾಡುವುದು ಮುಖ್ಯವಾಗಿತ್ತು. ಅದು ನನ್ನ ಶಿಸ್ತಿನ ದ್ಯೋತಕವಾಗಿತ್ತು. ಎಲ್ಲ ವಿವರಗಳನ್ನು ಗಮನಿಸಿ ನಾನು ಶ್ರದ್ಧೆಯಿಂದ ನಿರ್ವಹಿಸಿದ್ದೇನೆ ಮತ್ತು ದಿನದ ಕೊನೆಯಲ್ಲಿ ಎಲ್ಲವೂ ಸುಸೂತ್ರವಾಗಿ ನಡೆದಿದೆ ಎನ್ನುವುದನ್ನು ಅದು ನೆನಪಿಸುವುದಾಗಿತ್ತು. ಅದೆಷ್ಟೇ ಚಿಕ್ಕ ಕಾರ್ಯಭಾರವಿದ್ದಿರಲಿ, ಆ ಬಗೆಗಿನ ನನ್ನ ಕಾಳಜಿ ನನಗೆ ಗೌರವವನ್ನು ನೀಡುವಂತಿತ್ತು.

ನೇವಿಯಲ್ಲಿನ ನನ್ನ ಸೇವೆಯಾದ್ಯಂತ ಬೆಡ್‌ನ್ನು ಸಿದ್ಧಪಡಿಸುವುದು ಅವ್ಯಾಹತವಾಗಿ ನಡೆದು ಪ್ರತಿನಿತ್ಯ ಅದೊಂದು ವಿಶೇಷ ಗಣನೆಗೆ ತೆಗೆದುಕೊಳ್ಳಬಹುದಾದ ಕಾರ್ಯಭಾರವಾಗಿತ್ತು. ಯುಎಸ್‌ಎಸ್‌ನ ಗ್ರೇಬ್ಯಾಕ್ ಎಂಬ ವಿಶೇಷ ಕಾರ್ಯಾಚರಣೆಯ ಜಲಾಂತರ್ಗಾಮಿಯ (ಸಬ್‌ಮೆರೀನ್) ಸಿಕ್‌ಬೇಯಲ್ಲಿ, ಸೀಲ್‌ನ ಓರ್ವ ಎಳೆಯ ಪ್ರಾಯದ ಕಾರ್ಯಕರ್ತನಾಗಿ ನಿಯುಕ್ತನಾಗಿದ್ದೆ. ಅಲ್ಲಿನ ರ್‍ಯಾಕ್‌ನಲ್ಲಿ ನಾಲ್ಕು ಮಟ್ಟದ ಎತ್ತರದಲ್ಲಿ ಹಾಸಿಗೆಗಳನ್ನು ಪೇರಿಸಿ ಇಡಲಾಗಿದ್ದವು. ಸಿಕ್‌ಬೇಯ ಉಸ್ತುವಾರಿಯನ್ನು ನೋಡಿಕೊಳ್ಳುತ್ತಿದ್ದ ನಿಷ್ಠುರ ಡಾಕ್ಟರ್ ಒಬ್ಬರು ನಾನು ಆ ಹಾಸಿಗೆಯ ರ್‍ಯಾಕ್‌ಗಳನ್ನು ಪ್ರತಿದಿನ ಬೆಳಿಗ್ಗೆ ಸಜ್ಜುಗೊಳಿಸಿ ಇರಿಸಬೇಕೆಂಬ ಒತ್ತಾಸೆಯಲ್ಲಿ ಇರಿಸಿದ್ದರು. ಹಾಸಿಗೆಗಳು ಸಿದ್ಧಗೊಳಿಸದೆ, ಕೊಠಡಿ ಸ್ವಚ್ಛವಾಗಿರದೆ ಇದ್ದರೆ, ನಾವಿಕರು ಹೇಗೆ ತಾನೇ ಅಲ್ಲಿನ ಅತ್ಯುತ್ತಮ ವೈದ್ಯಕೀಯ ಸೌಲಭ್ಯವನ್ನು ಪಡೆಯಲು ಸಾಧ್ಯವೆಂದು ಆತ ನನ್ನಲ್ಲಿ ಸಾಮಾನ್ಯವಾಗಿ ಪ್ರತಿಕ್ರಿಯಿಸುತ್ತಿದ್ದ. ಮಿಲಿಟರಿ ಬದುಕಿನ ಸ್ವಚ್ಛತೆ ಮತ್ತು ನಿಯಮ ಪಾಲನೆಯ ಭಾವನಾತ್ಮಕತೆ ಬದುಕಿನ ಪ್ರತಿಯೊಂದು ವಿಷಯಕ್ಕೂ ಅನ್ವಯಿಸುತ್ತದೆ ಎಂದು ನಾನು ಆವತ್ತೇ ಅರಿತುಕೊಂಡೆ.

ಮೂವತ್ತು ವರ್ಷಗಳ ಬಳಿಕ, ನ್ಯೂಯಾರ್ಕ್‌ನ ಬಹುಮಹಡಿ ಕಟ್ಟಡಗಳು (ಟ್ವಿನ್ ಟವರ್‌ಗಳು) ನೆಲಕ್ಕೆ ಉರುಳಿದವು. ಪೆಂಟಗನ್‌ಗೆ

ಬಡಿಯಲಾಯಿತು ಮತ್ತು ಪೆನ್ನಿಸಿಲ್ವೇನಿಯನ್ ಮೇಲೆ ನಡೆದ ಏರ್‌ಪ್ಲೇನ್ ದಾಳಿಯಲ್ಲಿ ದಿಟ್ಟ ಅಮೆರಿಕನ್‌ರು ಸಾವನ್ನಪ್ಪಿದರು.

ಆ ದಾಳಿಯ ಸಮಯದಲ್ಲಿ, ನಾನು ನನ್ನ ಮನೆಯಲ್ಲಿ ಪ್ಯಾರಚ್ಯೂಟ್ ಅಪಘಾತವೊಂದರಿಂದ ಚೇತರಿಸಿಕೊಳ್ಳುತ್ತಿದ್ದೆ. ಒಂದು ಆಸ್ಪತ್ರೆಯ ಬೆಡ್‌ನ್ನು ನನ್ನ ವಾಸ್ತವ್ಯದ ಸರಕಾರೀ ಕ್ವಾಟರ್ಸ್‌ಗೆ ರವಾನಿಸಿ ದಿನವಿಡೀ ಅದರಲ್ಲೇ ಬಿದ್ದುಕೊಂಡು ನಾನು ಚೇತರಿಕೆಯನ್ನು ಕಾಣುತ್ತಿದ್ದೆ. ಹಾಸಿಗೆಯಿಂದ ಎದ್ದು ಹೇಗಾದರೂ ಒಮ್ಮೆ ಹೊರಕ್ಕೆ ಜಿಗಿಯಬೇಕೆಂದು ನಾನು ಕಾತರನಾಗಿದ್ದೆ. ಪ್ರತಿಯೋರ್ವ 'ಸೀಲ್'ನ ಹಾಗೆ ನಾನು ನನ್ನ ಓರಗೆಯ ಪಡೆಯನ್ನು ಸೇರಿಕೊಂಡು ಹೋರಾಡಬೇಕೆಂದು ಬಯಸಿದ್ದೆ.

ಯಾವುದೇ ಸಹಾಯವಿಲ್ಲದೆ ನಾನು ನನ್ನ ಹಾಸಿಗೆಯಿಂದ ಎದ್ದೇಳಲು ಶಕ್ತನಾದಾಗ, ನಾನು ಮೊತ್ತಮೊದಲು ಮಾಡಿದ ಕೆಲಸವೆಂದರೆ ಬೆಡ್ ಮೇಲಿನ ಹೊದಿಕೆಯನ್ನು ಮೇಲಕ್ಕೆ ಎಳೆದು ಅದನ್ನು ಬಿಗಿಯಾಗಿಸಿದ್ದು, ತಲೆದಿಂಬನ್ನು ಸೂಕ್ತವಾಗಿ ಇರಿಸಿದ್ದು, ಮತ್ತು ನನ್ನ ಮನೆಯನ್ನು ಪ್ರವೇಶಿಸುವ ಪ್ರತಿಯೊಬ್ಬರೂ ಆಸ್ಪತ್ರೆಯ ಬೆಡ್‌ನ್ನು ನಾಜೂಕಾಗಿ ಸಿದ್ಧಪಡಿಸಿ ಇಡಲಾಗಿದೆ ಎಂದು ತಿಳಿಯಬೇಕು ಎನ್ನುವಂತಿತ್ತು. ಆ ಮೂಲಕ ನಾನು ನನ್ನ ಅಪಘಾತವನ್ನು ಸೆಣಸಿ ಅದರಲ್ಲಿ ಜಯಗಳಿಸಿ, ಬದುಕಿನಲ್ಲಿ ಮುಂದಕ್ಕೆ ಸಾಗಲು ಸಿದ್ಧವಾಗಿದ್ದೇನೆ ಎಂದು ತೋರಿಸುವಂತಿತ್ತು.

9/11ರ ಸಂಭವದ ನಾಲ್ಕು ವಾರಗಳ ಬಳಿಕ ನನ್ನನ್ನು ಶ್ವೇತಭವನ(ವೈಟ್ ಹೌಸ್)ಗೆ ವರ್ಗಾಯಿಸಲಾಯಿತು. ಅಲ್ಲಿ ನಾನು ಮುಂದಿನ ಎರಡು ವರ್ಷಗಳನ್ನು ಆತಂಕವಾದವನ್ನು ಎದುರಿಸಲು ಹೊಸದಾಗಿ ರೂಪಿಸಲಾದ ಕಚೇರಿಯಲ್ಲಿ ಕಳೆದೆ.

2003ರ ಅಕ್ಟೋಬರ್‌ನಲ್ಲಿ, ನಾನು ಇರಾಕ್‌ನ ಬಾಗ್ದಾದ್ ಏರ್‌ಫೀಲ್ಡ್‌ನ ನಮ್ಮ ಮೇಕ್‌ಶಿಫ್ಟ್ ಕೇಂದ್ರ ಕಚೇರಿಯಲ್ಲಿದ್ದೆ. ಮೊದಲ

ಕೆಲವು ತಿಂಗಳು ನಾವು ಸೈನಿಕರ ಮಂಚಗಳಲ್ಲಿ ಮಲಗುವಂತಾಗಿತ್ತು. ಏನಿದ್ದರೂ, ಪ್ರತಿದಿನ ಬೆಳಿಗ್ಗೆ ಎದ್ದೊಡನೆ ನಾನು ನನ್ನ ಸ್ಲೀಪಿಂಗ್ ಬ್ಯಾಗ್‌ನ್ನು ಸುತ್ತಿಟ್ಟು, ಮಂಚದ ತುದಿಯಲ್ಲಿ ತಲೆದಿಂಬನ್ನು ಇರಿಸಿ, ದೈನಂದಿನ ಕೆಲಸಕ್ಕೆ ಸಜ್ಜಾಗುತ್ತಿದ್ದೆ.

2003ರ ಡಿಸೆಂಬರ್‌ನಲ್ಲಿ ಯು.ಎಸ್. ಸೇನೆ ಸದ್ದಾಮ್ ಹುಸೇನ್‌ರನ್ನು ಬಂಧಿಸಿತು. ಆತ ತೀವ್ರನಿಗಾಘಟಕದಲ್ಲಿದ್ದ ಸಮಯ ನಾವು ಆತನನ್ನು ಒಂದು ಸಣ್ಣ ಕೋಣೆಯಲ್ಲಿ ಇರಿಸಿದ್ದೆವು. ಆತನೂ ಸೈನಿಕರ ಮಂಚದಲ್ಲೇ ಮಲಗುತ್ತಿದ್ದ. ಆದರೆ ಹೊದಿಕೆ ಮತ್ತು ಬ್ಲ್ಯಾಂಕೆಟ್‌ನ ಶ್ರೀಮಂತಿಕೆಯನ್ನು ಅನುಭವಿಸಿದ್ದ. ಆತನನ್ನು ನಮ್ಮ ಸೈನಿಕರು ಸರಿಯಾಗಿ ನೋಡಿಕೊಳ್ಳುತ್ತಿದ್ದಾರೆಯೇ ಎನ್ನುವುದನ್ನು ಖಾತ್ರಿಪಡಿಸಲು ಪ್ರತಿದಿನ ಒಂದು ಸಲ ನಾನು ಆತನನ್ನು ಭೇಟಿಯಾಗುತ್ತಿದ್ದೆ. ತಮಾಷೆಯ ವಿಷಯವೆಂದರೆ ಸದ್ದಾಮ್ ಯಾವತ್ತೂ ತನ್ನ ಬೆಡ್‌ನ್ನು ತಯಾರಿಸಿ ಇಡುತ್ತಿರಲಿಲ್ಲ. ಹೊದಿಕೆ ಯಾವಾಗಲೂ ಮಂಚದ ಕೆಳಗಿನ ಭಾಗದಲ್ಲಿ ಮುದ್ದೆಯಾಗಿ ಬಿದ್ದಿರುತ್ತಿತ್ತು, ಮತ್ತು ಯಾವತ್ತೂ ಆತ ಅದನ್ನು ಸರಿಪಡಿಸುವ ಗೋಜಿಗೆ ಹೋಗುತ್ತಿರಲಿಲ್ಲ.

ಮುಂದಿನ ಹತ್ತು ವರ್ಷಗಳ ಕಾಲ ನಾನು ನಮ್ಮ ದೇಶದ ಅತ್ಯಂತ ಸಂಭಾವಿತ ಪುರುಷರು ಮತ್ತು ಸ್ತ್ರೀಯರ ಜತೆಗೆ ವ್ಯವಹರಿಸುವ ಗೌರವಕ್ಕೆ ಪಾತ್ರನಾದೆ. ಅವರಲ್ಲಿ ಜನರಲ್‌ಗಳಿಂದ ತೊಡಗಿ ಖಾಸಗಿ ವ್ಯಕ್ತಿಗಳು, ಅಡ್ಮಿರಲ್ ಸ್ಥಾನದಿಂದ ಹಿಡಿದು ಸೀಮೆನ್‌ಗಳ ಆಯ್ಕೆ ಮಾಡುವವರು, ಅಂಬಾಸೆಡರ್ಸ್‌ಗಳಿಂದ ಸಾಮಾನ್ಯ ಕ್ಲರ್ಕ್ ಟೈಪಿಸ್ಟ್‌ಗಳು ಸೇರಿರುತ್ತಿದ್ದರು.

ಈ ಮಹಾನ್ ದೇಶವನ್ನು ವಿದೇಶೀ ಆಕ್ರಮಣಗಳಿಂದ ರಕ್ಷಿಸಲು ಯಾವ ತ್ಯಾಗಕ್ಕೂ ಸದಾ ಸಿದ್ಧವಾಗಿದ್ದವರನ್ನು ಇಲ್ಲಿ ನಿಯುಕ್ತಿ-ಗೊಳಿಸಲಾಗುತ್ತಿತ್ತು.

ಬದುಕು ದುಸ್ತರ, ನಿಮ್ಮ ಪ್ರತಿದಿನದ ಯಾವ ಕ್ಷಣ ಏನಾಗುತ್ತದೆ ಎನ್ನುವುದನ್ನು ನಿರೀಕ್ಷಿಸಲಾಗದು ಎಂದು ಅವರೆಲ್ಲ ನಂಬಿದ್ದರು. ಯುದ್ಧಗಳಲ್ಲಿ ಸೈನಿಕರು ಸಾವನ್ನಪ್ಪುತ್ತಿದ್ದರು, ಕುಟುಂಬದವರು ಶೋಕಿಸುತ್ತಿದ್ದರು, ನಿಮ್ಮ ಪ್ರತಿದಿನವೂ ದೀರ್ಘವಾಗುತ್ತ, ಆತಂಕದಿಂದ ಕೂಡಿರುತ್ತಿದ್ದವು. ಈ ಕೊಳಕಾದ ಜಗತ್ತಿನಲ್ಲಿ ನಿಮಗೆ ನೆಮ್ಮದಿ ನೀಡುವ, ದಿನವನ್ನು ಸುಗಮವಾಗಿ ಕಳೆಯಲು ಸ್ಫೂರ್ತಿದಾಯಕವಾದ, ನಿಮಗೆ ಹೆಮ್ಮೆಯೆನಿಸಬಹುದಾದ ಕ್ಷಣಗಳನ್ನು ಕಾತರದಿಂದ ಎದುರು ನೋಡುವಂತಾಗಿದ್ದರು. ಅದನ್ನು ಸುಮ್ಮನೆ ಎದುರಿಸುವುದಲ್ಲ. ದೈನಂದಿನ ಬದುಕು ಸದಾ ಅದೇ ಚೌಕಟ್ಟಿನಲ್ಲಿ ವಿರಮಿಸುವಂತೆ ಆಗುತ್ತಿತ್ತು. ಯಾವನೇ ವ್ಯಕ್ತಿಯ ಸ್ವಸ್ಥತೆ ಮತ್ತು ಶಕ್ತಿಯನ್ನು ಬೇರೆ ಯಾವುದೇ ವಿಷಯ ತುಂಬಲು ಸಾಧ್ಯವಿಲ್ಲ. ಆದರೆ ಪ್ರತಿದಿನ ನಿಮ್ಮ ಬೆಡ್‌ನ್ನು ತಯಾರಿಸುವ ನಿಟ್ಟಿನಲ್ಲಿ ನಿಮಗೊಂದು ನೆಮ್ಮದಿಯ ಆಶ್ವಾಸನೆ ಲಭ್ಯವಾಗಿ ನಿಮ್ಮ ದಿನಚರಿಯನ್ನು ಸ್ವಸ್ಥವಾಗಿಸಿ ಆ ದಿನವನ್ನು ತೃಪ್ತಿಯಿಂದ ನಿಭಾಯಿಸಲು ಸಾಧ್ಯವಿತ್ತು.

ನೀವು ನಿಮ್ಮ ಬದುಕನ್ನು ಬದಲಿಸಲು ಮತ್ತು ಆ ಮೂಲಕ ಜಗತ್ತನೇ ಬದಲಿಸಲು– ನಿಮ್ಮ ಹಾಸಿಗೆಯನ್ನು ಸಿದ್ಧಪಡಿಸುವುದರೊಂದಿಗೆ ಪ್ರಾರಂಭಿಸಿ!

ಅಧ್ಯಾಯ ಎರಡು

ನೀವು ಒಬ್ಬಂಟಿಯಾಗಿ ಸಾಗಲು ಆಗುವುದಿಲ್ಲ

ನೀವು ಜಗತ್ತನ್ನು ಬದಲಿಸಬೇಕೆಂದುಕೊಂಡರೆ...

ನಿಮ್ಮ ಪೆಡಲ್‌ನ್ನು ತುಳಿಯುವ ಸಹಾಯಕ್ಕೆ ಯಾರನ್ನಾದರೂ ಗುರುತಿಸಿ.

ಸಾಮೂಹಿಕವಾಗಿ ಕೆಲಸ ಮಾಡುವ ತಾಕತ್ತನ್ನು ನಾನು ಸೀಲ್‌ನಲ್ಲಷ್ಟೇ ಕಲಿತೆ. ಹಾಗಿದ್ದಾಗ ಕೆಲವೊಮ್ಮೆ ಕಷ್ಟದಾಯಕ ಕೆಲಸದಲ್ಲಿ ನಿಮ್ಮೊಂದಿಗೆ ಇತರರೂ ಕೈಜೋಡಿಸುತ್ತಿದ್ದರು. ನಮ್ಮಂಥ "ಕಪ್ಪೆ ಮರಿ"ಗಳು ನೇವಿಯ 'ಫ್ರಾಗ್‌ಮೆನ್'ಗಳಾಗಿ ಪರಿವರ್ತಿಸಲು ನಮಗೆ ಒಂದು ಹತ್ತು ಅಡಿ ಉದ್ದದ ರಬ್ಬರ್ ದೋಣಿಗಳ ಮೂಲಕ ಪ್ರಮುಖ ಪಾಠಗಳನ್ನು ಕಲಿಸಲಾಗುತ್ತಿದ್ದವು.

ಸೀಲ್ ಟ್ರೈನಿಂಗ್‌ನಲ್ಲಿ ನಾವು ಎಲ್ಲಿಗೇ ಹೋಗಿರಲಿ ಈ ದೋಣಿ(ರ್‍ಯಾಫ್ಟ್)ನ್ನು ಒಯ್ಯುವುದು ಅನಿವಾರ್ಯವಾಗಿತ್ತು. ನಾವು ಸೇನಾಪಾಳ್ಯದಿಂದ ಚೌ ಹಾಲ್‌ಗೆ ಹೈವೇಯ ಮೂಲಕ ಸಾಗುವಾಗ ಅದನ್ನು ತಲೆಯ ಮೇಲೆ ಹೊತ್ತುಕೊಂಡೇ ಓಡುತ್ತಿದ್ದೆವು. ಕೊರೊನಡೋ ಮರಳು ದಿನ್ನೆಗಳಲ್ಲಿ ಸಾಗುವ ಸಮಯ ನಾವು ಅವನ್ನು ಕೆಳಮಟ್ಟದಲ್ಲಿ ತೂಗುಹಾಕಿ ಒಯ್ಯುತ್ತಿದ್ದೆವು. ನಾವು ಉತ್ತರದಿಂದ ದಕ್ಷಿಣದ ಕಡೆಗೆ ಕರಾವಳಿಯ ಉದ್ದಕ್ಕೆ ಕೊನೆಯಿಲ್ಲದಂತೆ ರಬ್ಬರ್ ಬೋಟ್‌ನ ಪಡೆಲ್‌ನ್ನು ತುಳಿಯುತ್ತಿದ್ದೆವು. ಹಾಗೆ ನಾವು ಏಳು ಮಂದಿಯ ಗುಂಪು ಕೊನೆಯ ಗುರಿಯನ್ನು ತಲುಪುತ್ತಿದ್ದೆವು.

ಈ ದೋಣಿಯ ಪಯಣದಲ್ಲಿ ನಾವು ಇನ್ನೂ ಏನನ್ನೋ ಕಲಿತಿದ್ದೆವು. ಕೆಲವೊಮ್ಮೆ ಬೋಟ್‌ನ ಒಬ್ಬಿಬ್ಬ ಸದಸ್ಯ ರೋಗ ಪೀಡಿತನೋ ಅಥವಾ ಗಾಯಗೊಂಡ ಸ್ಥಿತಿಯಲ್ಲಿದ್ದು 100 ಪ್ರತಿಶತ ಸಾಮರ್ಥ್ಯವನ್ನು

ಪ್ರದರ್ಶಿಸಲು ಅಸಮರ್ಥನಾಗುವ ಸಾಧ್ಯತೆ ಇರುತ್ತಿದ್ದಿತು. ಅಂತಹ ತರಬೇತಿಯ ಸಮಯದಲ್ಲಿ ಶೀತ ಜ್ವರ ಮುಂತಾದ ಅಸೌಖ್ಯದಿಂದ ನಾನು ಬಹು ಬೇಗನೇ ಸುಸ್ತಾಗಿಬಿಡುತ್ತಿದ್ದೆ. ಅಂತಹ ದಿನ ನಮ್ಮ ಪಾಳೆಯದ ಇತರ ಸದಸ್ಯರು ನನ್ನ ಪಾಳಿಯನ್ನು ನಿರ್ವಹಿಸುತ್ತಿದ್ದರು. ಅವರು ಹೆಚ್ಚು ತೀವ್ರತೆಯಿಂದ ಪೆಡಲ್ ಮಾಡುವ ಪ್ರಮೇಯವಿರುತ್ತಿತ್ತು. ಅವರು ಇನ್ನೂ ಆಳಕ್ಕೆ ಇಳಿಯುತ್ತಿದ್ದರು. ಅವರು ತಮ್ಮ ಪಾಲಿನ ಆಹಾರವನ್ನು ನನಗೆ ನೀಡಿ ನನಗೆ ಹೆಚ್ಚುವರಿ ಶಕ್ತಿಯನ್ನು ನೀಡುತ್ತಿದ್ದರು. ಮುಂದೆ ಸಮಯ ಒದಗಿ ಬಂದಾಗ ಅವರ ಋಣವನ್ನು ನಾನು ತೀರಿಸಿಬಿಡುತ್ತಿದ್ದೆ. ಆ ಸಣ್ಣ ರಬ್ಬರ್ ದೋಣಿ ನಮಗೆ ಒಂದು ಪಾಠವನ್ನೇ ಕಲಿಸಿತ್ತು, ಯಾವನೇ ಮನುಷ್ಯ ಕೇವಲ ತರಬೇತಿಯಿಂದಷ್ಟೇ ಏನೂ ಕಲಿಯಲು ಬರುವುದಿಲ್ಲ. ಯಾವುದೇ ಕಷ್ಟದ ಸನ್ನಿವೇಶವನ್ನು ಎದುರಿಸಲು ನಿಮಗೆ ಜನರ ಸಹಕಾರವೇ ಮುಖ್ಯ, ಅದು ನಿಮ್ಮ ಬದುಕಿನಲ್ಲೂ ಅಷ್ಟೇ.

ಮುಂದೆ ಇಪ್ಪತ್ತೈದು ವರ್ಷಗಳ ಬಳಿಕ ಪಶ್ಚಿಮ ಕರಾವಳಿಯ ಸೀಲ್ ಕಮಾಂಡರ್ ಆಗಿ ಕಾರ್ಯ ನಿರ್ವಹಿಸುವಾಗ ನನಗೆ ಅಂತಹ ಯಾವುದೇ ಸಹಾಯ ಬೇಕಾಗಿ ಬರುತ್ತಿರಲಿಲ್ಲವೆನ್ನಿ.

ನಾನು ಕೊರೊನಡೋ ಗ್ರೂಪ್ ಒಂದರ ನೇವಲ್ ಸ್ಪೆಶಲ್ ವಾರ್‌ಫೇರ್ ಕಮಾಂಡರ್ ಆಗಿದ್ದೆ. ಕಳೆದ ಹಲವು ದಶಕಗಳಿಂದ ಜಗತ್ತಿನಾದ್ಯಂತ ಸೀಲ್ಸ್‌ನ ಓರ್ವ ನೇವಿ ಕ್ಯಾಪ್ಟನ್ ಆಗಿ ಸೇವೆ ಸಲ್ಲಿಸಿದ್ದೇನೆ. ಒಮ್ಮೆ ಮಾಮೂಲಿ ಪ್ಯಾರಚ್ಯೂಟ್ ನೆಗೆತದಲ್ಲಿ ಬಿದ್ದಾಗಷ್ಟೇ ನಾನು

ಸಕ್ರಿಯ ಸೇವೆಯಿಂದ ದೂರವಿದ್ದೆ. ಆವಾಗ ನಾವು ಸಿ–130ರ ಹರ್ಕ್ಯುಲಿಸ್ ಏರ್‌ಕ್ರಾಫ್ಟ್‌ನ ಹನ್ನೆರಡು ಸಾವಿರ ಅಡಿ ಎತ್ತರದಿಂದ ಜಿಗಿಯುವ ದಿಟ್ಟತನವಾಗಿತ್ತು. ಏರ್‌ಕ್ರಾಫ್ಟ್‌ನ ಹಿಂಭಾಗದಲ್ಲಿ ನಮಗೆ ಕ್ಯಾಲಿಫೋರ್ನಿಯಾ ಸುಂದರ ನಗರದ ದೃಶ್ಯವಿತ್ತು. ಆಕಾಶದಲ್ಲಿ ಒಂದೇ ಒಂದು ಮೋಡವಿದ್ದಿರಲಿಲ್ಲ. ಪೆಸಿಫಿಕ್ ಸಾಗರ ಶಾಂತ ಮುದ್ರೆಯಲ್ಲಿತ್ತು. ಅಷ್ಟೊಂದು ಎತ್ತರದಲ್ಲಿ ನಿಮಗೆ ಮ್ಯಾಕ್ಸಿಕೋದ ಗಡಿಯನ್ನು ಕೂಡಾ ಕಾಣಬಹುದಿತ್ತು. ಜಂಪ್ ಮಾಸ್ಟರ್ ನನಗೆ 'ರೆಡಿ'ಯಾಗುವಂತೆ ಸಂದೇಶ ಕೊಟ್ಟ. ಈಗ ರ್‍ಯಾಂಪ್‌ನ ಅಂಚಿನಲ್ಲಿ ನನಗೆ ನೇರ ನೋಟದಲ್ಲಿ ಕೆಳಗಿನ ನೆಲ ಕಾಣಿಸುತ್ತಿತ್ತು. ಜಂಪ್ ಮಾಸ್ಟರ್ ನನ್ನನ್ನು ಕಣ್ಣಲ್ಲಿ ಕಣ್ಣಿಟ್ಟು ನಕ್ಕು, ಬೊಬ್ಬಿಟ್ಟ, "ಹಾರು, ಹಾರು, ಹಾರು!" ಕೈಗಳನ್ನು ಇಕ್ಕೆಲಗಳಲ್ಲಿ ಚಾಚಿ, ಕಾಲುಗಳನ್ನು ಕೊಂಚ ನನ್ನ ಹಿಂಬದಿಗೆ ತಗುಲಿಸಿಕೊಂಡು ನಾನು ಏರ್‌ಕ್ರಾಫ್ಟ್‌ನಿಂದ ನೇರ ಕೆಳಕ್ಕೆ ಜಿಗಿದೆ. ಏರ್‌ಕ್ರಾಫ್ಟ್‌ನ ದೊಡ್ಡ ರೆಕ್ಕೆಗಳ ರಭಸಕ್ಕೆ ನಾನು ತುಸು ವಾಲಿಕೊಂಡೆನಾದರೂ, ಕೈಗಳನ್ನು ಇಕ್ಕೆಲಗಳಲ್ಲಿ ಚಾಚಿದ್ದರಿಂದ ತುಸು ಸಮತೋಲನವನ್ನು ಕಾಯ್ದುಕೊಳ್ಳಲು ಸಾಧ್ಯವಾಯಿತು.

ನಾನು ತಕ್ಷಣ ನನ್ನ ಆಲ್ಟಿಮೀಟರ್‌ನ್ನು ಪರಿಶೀಲಿಸಿದೆ, ನಾನು ನೆಗೆದಾಡುತ್ತಿಲ್ಲ ಎಂಬುದನ್ನು ಖಾತ್ರಿಪಡಿಸಿಕೊಂಡೆ, ಮತ್ತು ನನ್ನ ಸುತ್ತಮುತ್ತ ಬೇರಾವ ನೆಗೆತಗಾರನೂ ಹಾರಾಡುತ್ತಿಲ್ಲವೆಂಬುದನ್ನು ಖಾತ್ರಿ ಪಡಿಸಿಕೊಂಡೆ. ಇಪ್ಪತ್ತು ಸೆಕೆಂಡ್‌ಗಳ ಬಳಿಕ ನಾನು 5,500 ಅಡಿ ಎತ್ತರಕ್ಕೆ ಕುಸಿದಿದ್ದೆ.

ಫಕ್ಕನೆ ನಾನು ನನ್ನ ಕೆಳಗಡೆ ನೋಡಿದೆ. ಇನ್ನೊಬ್ಬ ವೈಮಾನಿಕ ನನ್ನ ಹಾದಿಗೆ ಅಡ್ಡವಾಗಿ ನೆಲಕ್ಕೆ ಇಳಿಯುತ್ತಿದ್ದ. ಆತ ತನ್ನ ರಿಪ್ ಕಾರ್ಡ್‌ನ್ನು ಎಳೆದ. ಅದರಲ್ಲಿನ ಪೈಲೆಟ್ ಚ್ಯೂಟ್ ಆತನ ಬೆನ್ನಿನ

ಬ್ಯಾಕ್‌ಪ್ಯಾಕ್‌ನಿಂದ ಬಿಚ್ಚಿಕೊಳ್ಳುವುದು ನನಗೆ ಗೋಚರವಾಯಿತು. ನಾನು ನನ್ನ ತಲೆಯನ್ನು ಸಾಧ್ಯವಾದಷ್ಟು ಬಗ್ಗಿಸಿ ಆತನ ಬಿಚ್ಚಿಕೊಳ್ಳುತ್ತಿರುವ ಚ್ಯೂಟ್‌ನಿಂದ ತಪ್ಪಿಸಿಕೊಳ್ಳಲು ಪ್ರಯತ್ನಿಸಿದೆ.

ಆ ಹಾರಾಟಗಾರನ ಚ್ಯೂಟ್ ನೋಡನೋಡುತ್ತಿದ್ದಂತೆ ನನ್ನೆದುರೇ ಅರಳತೊಡಗಿತು. ಆಗ ಸಮಯ ಮೀರಿತ್ತು. ಆತನ ಚ್ಯೂಟ್ ಒಂದು ಏರ್ ಬ್ಯಾಗ್‌ನ ಹಾಗೆ ಅರಳಿದಾಗ ಅದು 120 ಮೈಲ್ ವೇಗದಿಂದ ನನಗೆ ಅಪ್ಪಳಿಸಿತು. ನಾನು ಮುಖ್ಯ ಕೇನಪಿಯಿಂದ ಕಿತ್ತೆಸೆಯಲ್ಪಟ್ಟು ನಿಯಂತ್ರಣ ತಪ್ಪಿ ಹೆಚ್ಚುಕಡಿಮೆ ಪ್ರಜ್ಞಾಹೀನ ಸ್ಥಿತಿಗೆ ತಲುಪಿದ್ದೆ. ಕೆಲವು ಕ್ಷಣ ನಾನು ನನ್ನ ತಲೆಯನ್ನು ಮೊಣಕಾಲುಗಳ ನಡುವೆ ಇರಿಸಿ, ಸಮಸ್ಥಿತಿಗೆ ಬರಲು ಯತ್ನಿಸಿದ್ದೆ. ನಾನು ಆಲ್ಟಿಮೀಟರ್ ಹುಡುಕಿದೆ. ನಾನೆಷ್ಟು ದೂರಕ್ಕೆ ಎಸೆಯಲ್ಪಟ್ಟಿದ್ದೆ ಎನ್ನುವ ಮಾಹಿತಿ ಇದ್ದಿರಲಿಲ್ಲ.

ಸ್ವಯಂಪ್ರೇರಣೆಯಿಂದ, ನಾನು ನನ್ನ ರಿಪ್ ಕಾರ್ಡ್‌ನ್ನು ಹಿಡಿದೆಳೆದೆ. ಮುಖ್ಯ ಚ್ಯೂಟ್ ಅದರ ಚಿಕ್ಕ ಚೀಲದಿಂದ ಹೊರಕ್ಕೆ ಬಂತಾದರೂ ಅದು ನನ್ನ ಕಾಲುಗಳಿಗೆ ಸುತ್ತಿಕೊಂಡು ನಾನು ನೆಲಕ್ಕೆ ಬೀಳುವತ್ತ ಸಾಗಿದೆ. ನಾನು ಆ ಸುರುಳಿಯಿಂದ ಬಿಚ್ಚಿಕೊಳ್ಳಲು ಪ್ರಯತ್ನಿಸಿದ ಹಾಗೆ ಸನ್ನಿವೇಶ ಇನ್ನಷ್ಟು ಬಿಗಡಾಯಿಸಿತು. ಮುಖ್ಯ ಪ್ಯಾರಚ್ಯೂಟ್ ಭಾಗಶಃ ಬಿಚ್ಚಿಕೊಂಡರೂ ಹಾಗೆ ಮಾಡಿದ್ದರಿಂದ ನನ್ನ ಇನ್ನೊಂದು ಕಾಲಿಗೆ ಅದು ಸುತ್ತಿಕೊಂಡಿತು. ನನ್ನ ಕತ್ತನ್ನು ಆಕಾಶದ ಕಡೆಗೆ ತಿರುಗಿಸಿದಾಗ, ನನ್ನ ಎರಡೂ ಕಾಲುಗಳು ರೈಸರ್‌ಗಳಲ್ಲಿ ಸಿಲುಕಿಕೊಂಡಿತ್ತು, ಅದರಲ್ಲಿ ಮುಖ್ಯ ಪ್ಯಾರಾಚ್ಯೂಟ್‌ನಿಂದ ಹೊರಟ ಉದ್ದದ ನೈಲಾನ್ ಹಗ್ಗಗಳು ಸೇರಿಕೊಂಡಿದ್ದವು. ಒಂದು ನೈಲಾನ್ ಹಗ್ಗ ನನ್ನ ಒಂದು ಕಾಲನ್ನು ಸುತ್ತಿಕೊಂಡಿದ್ದರೆ, ಇನ್ನೊಂದು ರೈಸರ್ ನನ್ನ ಇನ್ನೊಂದು ಕಾಲನ್ನು ಹಿಡಿದುಕೊಂಡಿತ್ತು. ಮುಖ್ಯ ಪ್ಯಾರಚ್ಯೂಟ್

ನನ್ನ ಬೆನ್ನಿನ ಪ್ಯಾಕ್‌ನಿಂದ ಕಳಚಿಕೊಂಡು ನನ್ನ ಶರೀರದಿಂದಲೇ ಬೇರ್ಪಟ್ಟು ಎಲ್ಲೋ ಹಾರಾಡುವಂತಾಗಿತ್ತು.

ನಾನು ಕೇನಪಿಯಿಂದ ಬಿಡಿಸಿಕೊಳ್ಳಲು ಒದ್ದಾಡುತ್ತಿದ್ದಾಗ ಅದು ತನ್ನಿಂದ ತಾನೇ ನನ್ನ ಶರೀರದಿಂದ ಬಿಡಿಸಿಕೊಂಡು ಬಿಚ್ಚಿಕೊಳ್ಳುವಂತೆ ತೋರಿತು. ನನ್ನ ಕಾಲುಗಳ ಕಡೆಗೆ ನೋಡುತ್ತೇನೆ ಮುಂದಿನ ಕ್ಷಣ ಏನಾಗಲಿದೆ ಎಂಬುದು ಸ್ಪಷ್ಟವಾಯಿತು.

ಕೆಲವೇ ಕ್ಷಣಗಳಲ್ಲಿ ಕೇನಪಿಯೊಳಗೆ ಗಾಳಿ ಸೇರಿಕೊಂಡಿತು. ನನ್ನ ಕಾಲುಗಳಿಗೆ ಸುತ್ತಿಕೊಂಡಿದ್ದ ಆ ಎರಡು ರೈಸರ್‌ಗಳು ಒಮ್ಮಿಂದೊಮ್ಮೆಗೇ ರೌದ್ರ ನರ್ತನ ಮಾಡಿ ನನ್ನೆರಡೂ ಕಾಲುಗಳನ್ನು ವಿರುದ್ಧ ದಿಕ್ಕಿನಲ್ಲಿ ಸೆಳೆಯತೊಡಗಿದವು. ನನ್ನ ಸೊಂಟದ ಭಾಗ ಎರಡಾಗಿ ಸೀಳಲ್ಪಟ್ಟವು. ಸಾವಿರಾರು ಸೂಕ್ಷ್ಮ ಮಾಂಸಪೇಶಿಗಳು ಶರೀರವನ್ನು ಜೋಡಿಸುವ ಕೀಲಿನಿಂದ ಹರಿದುಹೋದವು.

ನನ್ನ ಬಾಯಿ ತೆರೆದು ಬಿಟ್ಟಿತು ಮತ್ತು ಅದರಿಂದ ಹೊರಟ ಚೀರಾಟ ಬಹುಶಃ ಮ್ಯಾಕ್ಸಿಕೋಗೆ ಕೂಡಾ ಕೇಳಿಸಿತೋ ಏನೋ. ಅಸಾಧ್ಯ ನೋವು ನನ್ನ ಶರೀರವನ್ನೆಲ್ಲ ವ್ಯಾಪಿಸಿತು, ಅಂತಹ ಯಾತನೆಯ ನೋವು ನನ್ನ ಸೊಂಟಕ್ಕೂ ಹರಡಿ ಅಲ್ಲಿಂದ ಮೇಲಕ್ಕೆ ನನ್ನ ತಲೆಯತ್ತ ಸಾಗಿತು. ಹಿಂಸಾತ್ಮಕ ಮಾಂಸಪೇಶಿಗಳ ಸೆಳೆತ ನನ್ನ ಶರೀರದ ಮೇಲ್ಭಾಗಕ್ಕೆ ಸೆಳೆಯಲ್ಪಟ್ಟು ಅದು ಕೈಗಳಿಗೂ ಕಾಲುಗಳಿಗೂ ವ್ಯಾಪಿಸಿತು. ಈಗ ನಾನು ನನ್ನ ಶರೀರವನ್ನು ಬೇರ್ಪಟ್ಟ ಅನುಭವವನ್ನು ಹೊಂದಲಾರಂಭಿಸಿ, ನನ್ನ ಚೀರಾಟವನ್ನು ತಹಬಂದಿಗೆ ತರಲು ಸಾಧ್ಯವಾಯಿತು. ಆದರೆ ನೋವು ಮಾತ್ರ ಸಹಿಸಲಸದಳವಾಗಿತ್ತು.

ತಲೆ ಇನ್ನೂ ಕೆಳಮುಖವಾಗಿಯೇ ಇರುತ್ತ ವೇಗವಾಗಿ ಬೀಳುವತ್ತ ಸಾಗಿದರೆ, ನಾನು ನೆಟ್ಟಗೆ ನೇರವಾಗಿರಲು ಯತ್ನಿಸಿದೆ. ಅದರಿಂದ

ಸೊಂಟ ಮತ್ತು ಬೆನ್ನಿನ ಮೇಲಿನ ಒತ್ತಡವನ್ನು ತುಸು ಕಡಿಮೆ ಮಾಡಲು ಸಾಧ್ಯವಾಯಿತು.

ಸಾವಿರದ ಐನೂರು ಅಡಿ.

ಪ್ಯಾರಚ್ಯೂಟ್‌ನಿಂದ ನಾನು ಸುಮಾರು ನಾಲ್ಕು ಸಾವಿರ ಅಡಿಗಳ ಮೇಲಿನಿಂದ ಬಿದ್ದಿದ್ದೆ. ಒಳ್ಳೆಯ ವಾರ್ತೆ ಏನಂತಂದರೆ: ನನ್ನ ತಲೆಯ ಮೇಲೆ ಪೂರ್ತಿ ಕೇನಪಿ ಆವರಿಸಿಕೊಂಡಿತ್ತು. ಕೆಟ್ಟ ಸುದ್ದಿ ಏನೆಂದರೆ: ಕೇನಪಿ ತೆರೆದು ಕೊಂಡಿದ್ದರಿಂದ ನಾನು ಇಬ್ಭಾಗವಾಗಿ ಸೀಳಲ್ಪಟ್ಟಿದ್ದೆ.

ನಾನೆಲ್ಲಿ ಕೆಳಗಿಳಿಯಬೇಕಿತ್ತೋ ಅಲ್ಲಿಂದ ಸುಮಾರು ಎರಡು ಮೈಲುಗಳ ದೂರದಲ್ಲಿ ಬಿದ್ದಿದ್ದೆ. ಕೆಲವೇ ಕ್ಷಣಗಳಲ್ಲಿ ಕೆಳಗಿಳಿಸುವ ಮಂದಿಯ ಗಡಣ ಮತ್ತು ಒಂದು ಆ್ಯಂಬುಲೆನ್ಸ್ ಆ ಜಾಗಕ್ಕೆ ತ್ವರಿತವಾಗಿ ಬಂದು ತಲುಪಿದವು. ನನ್ನನ್ನು ಸ್ಯಾನ್‌ಡಿಗೋದ ಟ್ರೋಮಾ ಆಸ್ಪತ್ರೆಗೆ ಒಯ್ದು ದಾಖಲಿಸಲಾಯಿತು. ಮರುದಿನ ನಾನು ಶಸ್ತ್ರಚಿಕಿತ್ಸೆಗೆ ಒಳಗಾದೆ. ಅಪಘಾತದಲ್ಲಿ ನನ್ನ ಅಸ್ಥಿಕುಹರ (ಪೆಲ್ವಿಸ್) ಐದು ಇಂಚುಗಳಷ್ಟು ಬೇರ್ಪಟ್ಟಿದ್ದವು. ನನ್ನ ಉದರದ ಮಾಂಸ ಪೇಶಿಗಳು ಪೆಲ್ವಿಕ್ ಎಲುಬಿನಿಂದ ಬೇರ್ಪಟ್ಟಿದ್ದವು ಮತ್ತು ನನ್ನ ಬೆನ್ನಿನ ಹಾಗೂ ಕಾಲುಗಳ ಪೇಶಿಗಳು ತೀವ್ರವಾಗಿ ಹಾನಿಗೊಂಡಿದ್ದವು. ಒಂದು ದೊಡ್ಡ ಟೈಟೇನಿಯಮ್ ಪ್ಲೇಟ್‌ನ್ನು ನನ್ನ ಕುಹರ ರಂಧ್ರಕ್ಕೆ ಅಳವಡಿಸಲಾಯಿತು ಅಂತೆಯೇ ಆಧಾರಕ್ಕಾಗಿ ಒಂದು ಕ್ಯಾಪುಲರ್ ಸ್ಕ್ರೂವನ್ನು ನನ್ನ ಬೆನ್ನಿನ ಎಲುಬಿಗೆ ತೂರಿಸಲಾಯಿತು.

ಇದು ನನ್ನ ವೃತ್ತಿ ಜೀವನದ ಅಂತಿಮ ಘಟ್ಟವೆಂದು ನಾನು ಎಣಿಸಿಕೊಂಡಿದ್ದೆ. ಸೀಲ್‌ನ ಒಬ್ಬ ಸಶಕ್ತ ಸಿಬ್ಬಂದಿಯಾಗಿರಬೇಕಾದರೆ ಆತ ದೈಹಿಕವಾಗಿ ಅರ್ಹತೆಯನ್ನು ಹೊಂದಿರಬೇಕಾಗುತ್ತದೆ. ನನ್ನ ಪುನರ್ವಸತಿಗೆ ತಿಂಗಳುಗಳು ಅಥವಾ ವರ್ಷಗಳೇ ಬೇಕಾಗಬಹುದೆಂದು

ಎಣಿಸಿದ್ದೆ. ನೇವಿಯಲ್ಲಿ ಮತ್ತೆ ಕರ್ತವ್ಯಕ್ಕೆ ಹಾಜರಾಗಬೇಕಿದ್ದರೆ ನಾನು ವೈದ್ಯಕೀಯವಾಗಿ ತಪಾಸಣೆಗೆ ಒಳಗಾಗಿ ಅರ್ಹತೆಯನ್ನು ಪಡೆಯಬೇಕಾಗಿತ್ತು. ಬದುಕಿನುದ್ದಕ್ಕೂ ನಾನೊಬ್ಬ ಅಜೇಯನಾಗಿಯೇ ಇರಬೇಕೆಂದು ಭಾವಿಸಿದ್ದೆ. ಯಾವುದೇ ಆಘಾತಕಾರಿ ಸನ್ನಿವೇಶಗಳಿಂದ ಹೊರಗುಳಿಯಲು ನನ್ನಲ್ಲಿ ಅಂತರ್ಗತವಾಗಿದ್ದ ಕ್ರೀಡಾ ಸಾಮರ್ಥ್ಯಗಳು ಸಹಕಾರಿಯಾಗುವುವು ಎಂದು ಎಣಿಸಿದ್ದೆ. ಹಾಗಾಗಿ ಈ ಕ್ಷಣದವರೆಗೆ ಅದು ನಿಜವಾಗಿ ಬಂದಿತ್ತು.

ನನ್ನ ಔದ್ಯೋಗಿಕ ಸೇವಾಕಾಲದಲ್ಲಿ ಹಲವು ಸಲ ನಾನು ಜೀವಕ್ಕೆ ಕುತ್ತು ತರುವ ಸಂದರ್ಭಗಳನ್ನು ಎದುರಿಸುವ ಕ್ಷಣಗಳಿದ್ದವು: ಮಿಡ್‌ಏರ್‌ನಲ್ಲಿ ಇನ್ನೊಂದು ಪ್ಯಾರಚ್ಯೂಟ್‌ನೊಂದಿಗಿನ ಡಿಕ್ಕಿ; ಮಿನಿಸ್ಕ್ಯೂಬ್ ಒಂದರಿಂದ ನಿಯಂತ್ರಣ ತಪ್ಪಿದ ಪತನ; ಒಂದು ಆಯಿಲ್ ರಿಗ್‌ನಿಂದ ನೂರಾರು ಅಡಿಗಳಷ್ಟು ಕೆಳಕ್ಕೆ ಬೀಳಲಿದ್ದ ಪ್ರಮೇಯ; ಮುಳುಗುತ್ತಿರುವ ಒಂದು ಬೋಟ್‌ನ ಕೆಳಗಡೆ ಸಿಲುಕಿಕೊಂಡಿದ್ದು; ಕಟ್ಟಡ ಕೆಳಗುರುಳಿಸುವ ಸಮಯ ಅದು ಪೂರ್ವಭಾವಿಯಾಗಿ ಸ್ಫೋಟಗೊಂಡಿದ್ದು– ಹೀಗೆ ಅಸಂಖ್ಯ ಸನ್ನಿವೇಶಗಳು ಎದುರಾಗಿದ್ದವು. ಅವು ಬದುಕು ಮತ್ತು ಸಾವಿನ ನಡುವಿನ ಅರೆಕ್ಷಣಗಳ ಅಂತರವಾಗಿದ್ದವು. ಪ್ರತಿಸಲ ನಾನು ನಿಖರವಾದ ನಿರ್ಣಯಗಳನ್ನು ತೆಗೆದುಕೊಂಡು ಪಾರಾಗಿದ್ದೆ. ಹಾಗೆಯೇ ಪ್ರತಿಸಲ ನಾನು ನನ್ನೆದುರಿನ ಸವಾಲನ್ನು ಎದುರಿಸುವ ಸೇವೆಗೆ ಅರ್ಹತೆಯನ್ನು ಉಳಿಸಿಕೊಂಡಿದ್ದೆ. ಈ ಸಲ ಮಾತ್ರವೇ ಹಾಗಾಗಲಿಲ್ಲ.

ಈಗ ಹಾಸಿಗೆಯಲ್ಲಿ ಬಿದ್ದುಕೊಂಡಿರುವಾಗ ನನ್ನಷ್ಟಕ್ಕೇ ನಾನು ಮರುಕಪಡುವಂತಾಗಿತ್ತು. ಅದು ಹೆಚ್ಚು ಸಮಯ ಉಳಿಯಲಿಲ್ಲವೆನ್ನಿ.

ನನ್ನ ಹೆಂಡತಿ ಜೋರ್ಜಿಯಾನ್‌ಗೆ ನರ್ಸಿಂಗ್ ಸೇವೆಯ ಕರ್ತವ್ಯವನ್ನು ವಿಧಿಸಲಾಗಿತ್ತು. ಆಕೆ ನನ್ನ ಗಾಯುಗಳನ್ನು ಸ್ವಚ್ಛಗೊಳಿಸುತ್ತಿದ್ದಳು, ಔಷಧಿಯನ್ನು ಕಾಲಕಾಲಕ್ಕೆ ಕುಡಿಸುತ್ತಿದ್ದಳು ಮತ್ತು ನನ್ನ ಬೆಡ್ ಪ್ಯಾನ್‌ನನ್ನು ಬದಲಿಸುತ್ತಿದ್ದಳು. ಎಲ್ಲಕ್ಕೂ ಮಿಗಿಲಾಗಿ, ನಾನು ಯಾರು ಎಂಬುದನ್ನು ಆಕೆ ಪದೇ ಪದೇ ನನಗೆ ನೆನಪಿಸುತ್ತಿದ್ದಳು. ನಾನೆಂದೂ ನನ್ನ ಬದುಕಿನಲ್ಲಿ ಶರಣಾಗತನಾಗುವ ಪ್ರವೃತ್ತಿಯವ-ನಾಗಿರಲಿಲ್ಲ. ಆದರೆ ಆಕೆ ಅದು ಸದ್ಯಕ್ಕೆ ಸಾಧ್ಯವಾಗದು ಎಂದು ಎಚ್ಚರಿಸುತ್ತಿದ್ದಳು. ನಾನು ನನ್ನಷ್ಟಕ್ಕೆ ಮರುಕಪಡುವುದಕ್ಕೆ ಅವಳು ಬಿಡುತ್ತಿರಲಿಲ್ಲ. ಅಂತಹ ತೀವ್ರ ಪ್ರೇಮದ ಅವಶ್ಯಕತೆ ನನಗೆ ಆವತ್ತು ಬೇಕಾಗಿತ್ತು. ಅದರಿಂದ ನಾನು ಬಹುಬೇಗನೆ ಚೇತರಿಸಿಕೊಳ್ಳಲು ಸಾಧ್ಯವಾಯಿತು.

ನನ್ನ ಸ್ನೇಹಿತರು ಮನೆಗೆ ಬಂದರು ಸಾಂತ್ವನ ಹೇಳಿದರು, ನನಗೇನು ಬೇಕಿತ್ತೋ ಅವನ್ನೆಲ್ಲ ಒದಗಿಸಿದರು ಮತ್ತು ನಾನು ಸುಧಾರಿಸುವ ತನಕ ನಿರಂತರವಾಗಿ ಕರೆ ಮಾಡುತ್ತಲೇ ಇದ್ದರು. ನನ್ನ ಬಾಸ್, ಎಡ್ಮಿರಲ್ ಎರಿಕ್ ಒಲ್ಸನ್ ನಾನು ಸೀಲ್‌ಗೆ ಅರ್ಹತೆಯನ್ನು ಹೊಂದುವ ಸಲುವಾಗಿ ಅದೇನೋ ಸುಲಭ ಮಾರ್ಗವನ್ನು ಕಂಡುಕೊಂಡಿದ್ದರು. ಅವರ ಸಹಾಯದಿಂದ ನಾನು ಮತ್ತೆ ಕರ್ತವ್ಯಕ್ಕೆ ಹಾಜರಾಗಿ ಸೇವೆಗೆ ಅರ್ಹತೆಯನ್ನು ಪಡೆಯುವಂತಾದೆ.

ನನ್ನ ಸೀಲ್ ತಂಡದಲ್ಲಿ ಕಾಲಕಾಲಕ್ಕೆ ಅನೇಕ ಹಿನ್ನೆಡೆಗಳು ಕಂಡು ಬಂದಿದ್ದರೂ, ಪ್ರತಿಯೊಂದು ಸಂದರ್ಭದಲ್ಲೂ ಸುದೈವದಿಂದ ಮುಂದಕ್ಕೆ ಬಂದು ನನಗೆ ಸಹಾಯವನ್ನು ಒದಗಿಸಿದ್ದಾರೆ: ಅವರಿಗೆಲ್ಲ ನನ್ನ ಕ್ಷಮತೆಯಲ್ಲಿ ವಿಶ್ವಾಸವಿತ್ತು; ಕೆಲವರು ನನ್ನ ಸಾಮರ್ಥ್ಯವನ್ನು ಪರಿಗಣಿಸಿದ್ದರು; ಇನ್ನು ಕೆಲವರು ತಮ್ಮದೇ ವೃತ್ತಿಜೀವನವನ್ನು ನನ್ನ

ಸಲುವಾಗಿ ಮುಡುಪಾಗಿಟ್ಟಿದ್ದರು. ನಾನೆಂದಿಗೂ ಅವರನ್ನೆಲ್ಲ ಮರೆಯಲಿಲ್ಲ ಮತ್ತು ನನಗೆ ನಿರ್ದಿಷ್ಟವಾಗಿ ಗೊತ್ತು, ಅಂತಹ ಹಲವರ ಸಹಾಯದಿಂದಾಗಿಯೇ ನಾನು ನನ್ನ ಜೀವನದಲ್ಲಿ ಏನನ್ನಾದರೂ ಸಾಧಿಸಲು ಸಾಧ್ಯವಾಯಿತು.

ಬದುಕಿನ ದುರಂತದ ಸನ್ನಿವೇಶಗಳನ್ನು ನಮ್ಮಲ್ಲಿ ಯಾರೂ ಅನುಭವಿಸದಿರಲು ಸಾಧ್ಯವಿಲ್ಲ. ನಮ್ಮ ತರಬೇತಿಯ ಚಿಕ್ಕ ರಬ್ಬರ್ ದೋಣಿಯಂತೆ, ಅದು ಉತ್ತಮೋತ್ತಮ ವ್ಯಕ್ತಿಗಳನ್ನು ತನ್ನ ಮೇಲೆ ಕೂರಿಸಿಕೊಂಡು ನಮ್ಮ ಬದುಕಿನ ಗುರಿಯನ್ನು ತಲುಪಿಸಲು ಒಯ್ಯುತ್ತದೆ. ನೀವು ಬೋಟಿನ ಪೆಡಲ್‌ನ್ನಷ್ಟೇ ತುಳಿದರೆ ಸಾಲದು, ನಿಮ್ಮ ಬದುಕನ್ನು ಇತರರೊಂದಿಗೆ ಹಂಚಿಕೊಂಡು ಸಾಗಬೇಕಿದೆ. ಎಷ್ಟು ಸಾಧ್ಯವೋ ಅಷ್ಟು ಸ್ನೇಹಿತರನ್ನು ಪಡೆಯಿರಿ. ಮತ್ತು ಎಂದಿಗೂ ಮರೆಯದಿರಿ ನಿಮ್ಮ ಯಶಸ್ಸು ಇತರರ ಮೇಲೆ ಅವಲಂಬಿಸಿರುತ್ತದೆ.

ಅಧ್ಯಾಯ ಮೂರು

ನಿಮ್ಮ ಹೃದಯದ ಗಾತ್ರವಷ್ಟೇ ಪರಿಗಣನೆಗೆ ಬರುತ್ತದೆ

ನೀವು ಜಗತ್ತನ್ನು ಬದಲಿಸಬೇಕೆಂದುಕೊಂಡರೆ...

ಒಬ್ಬ ವ್ಯಕ್ತಿಯನ್ನು ಆತನ ಹೃದಯದ ಗಾತ್ರಕ್ಕೆ ಅನುಸಾರವಾಗಿ ಅಳತೆ ಮಾಡಿ.

ನಾನು ಸಮುದ್ರ ಕಿನಾರೆಗೆ ಓಡಿದೆ, ನನ್ನ ಕಪ್ಪು ಬಣ್ಣದ ರಬ್ಬರ್ ಚಪ್ಪಲಿಯನ್ನು ಬಲಬದಿಯ ಕಂಕುಳಿಗೆ ಸೇರಿಸಿ ಮತ್ತು ನನ್ನ ಮಾಸ್ಕನ್ನು ಎಡಗೈಯಲ್ಲಿ ಹಿಡಿದುಕೊಂಡು. ಪರೇಡ್ ರೆಸ್ಟ್‌ಗೆ ಬಂದಾಗ ಮೃದುವಾದ ಮರಳಿನಲ್ಲಿ ಚಪ್ಪಲಿಯನ್ನು ಪರಸ್ಪರ ಒಂದಕ್ಕೊಂದು ಒರಗಿಕೊಳ್ಳುವಂತೆ ಇರಿಸಿದೆ. ನನ್ನ ಎಡಕ್ಕೂ ಬಲಕ್ಕೂ ವಿದ್ಯಾರ್ಥಿಗಳು ನಿಂತಿದ್ದರು. ಹಸುರು ಟಿ–ಷರ್ಟ್, ಖಾಕಿ ಈಜು ತೊಡುಗೆ, ನಿಯೋಪ್ರಿನ್ ಬೂಟೀಸ್ ಮತ್ತು ಒಂದು ಸಣ್ಣ ಲೈಫ್ ಜಾಕೆಟ್‌ಗಳನ್ನೊಳಗೊಂಡು ನಾವು ಎರಡು ಮೈಲಿ ದೂರ ಈಜುವುದಕ್ಕೆ ಸನ್ನದ್ಧರಾಗುತ್ತಿದ್ದೆವು.

ಲೈಫ್ ಜಾಕೆಟ್ ಅಂದರೆ ಒಂದು ಚಿಕ್ಕ, ರಬ್ಬರೈಸ್ಡ್ ಬ್ಲಾಡರ್, ಅದರ ಹ್ಯಾಂಡಲ್‌ನ್ನು ಎಳೆದಾಗ ಅದು ಊದಿಕೊಳ್ಳುತ್ತಿತ್ತು. ನೀವು ನಿಮ್ಮ ಲೈಫ್ ಜಾಕೆಟ್‌ನ್ನು ಉಪಯೋಗಿಸುತ್ತಿದ್ದೀರಿ ಎಂದರೆ ವಿದ್ಯಾರ್ಥಿಗಳ ನಡುವೆ ಅದೊಂದು ನಾಚಿಕೆಯ ವಿಷಯವಾಗಿತ್ತು. ಆದರೂ ಸೀಲ್ ಅಧ್ಯಾಪಕರು ಪ್ರತಿಸಲ ನಾವು ಈಜಿಗೆ ತೆರಳುವ ಮುನ್ನ ಲೈಫ್ ಜಾಕೆಟ್‌ನ್ನು ಪರಿಶೀಲಿಸುವ ಕ್ರಮವಿತ್ತು. ಈ ಪರಿಶೀಲನೆ ಅಧ್ಯಾಪಕರಿಗೆ ನಮ್ಮ ಮೇಲಿನ ದುಂಡಾವೃತ್ತಿಗೆ ಅವಕಾಶವನ್ನು ಒದಗಿಸುತ್ತಿತ್ತು.

ಕೊರೊನಡೋದಲ್ಲಿ ಅಂದು ತೆರೆಗಳು ಸುಮಾರು ಎಂಟು

ಅಡಿಯಷ್ಟು ಎತ್ತರಕ್ಕೆ ಹಾರುತ್ತಿತ್ತು. ತೆರೆಗಳು ಮೂರರ ಸಾಲಿನಲ್ಲಿ ಒಂದರ ಹಿಂದೆ ಒಂದು ಬರುತ್ತಿದ್ದರೆ ವಿದ್ಯಾರ್ಥಿಗಳ ಎದೆಬಡಿತ ಕೊಂಚ ತೀವ್ರಗತಿಯಲ್ಲಿ ಸಾಗುತ್ತಿತ್ತು. ಅಧ್ಯಾಪಕರು ನಿಧಾನವಾಗಿ ನನ್ನ ಬಲಬದಿಯ ವ್ಯಕ್ತಿಯ ಕಡೆಗೆ ಬಂದರು. ವಿದ್ಯಾರ್ಥಿ ಓರ್ವ ಸೀಮನ್‌ನವನಾಗಿದ್ದು, ನೇವಿಗೆ ಹೊಸಬನಾಗಿದ್ದು, ಸುಮಾರು ಐದು ಅಡಿ ನಾಲ್ಕು ಇಂಚು ಎತ್ತರವಾಗಿದ್ದ. ಸೀಲ್ ಅಧ್ಯಾಪಕರು ವಿಯಟ್ನಾಮ್ ವೆಟ್‌ನಲ್ಲಿದ್ದು, ಆರು ಅಡಿ ಎರಡು ಇಂಚು ಎತ್ತರವಾಗಿದ್ದರು. ಅವರು ನೇರ ಈ ಕುಳ್ಳಗಿನ ಮನುಷ್ಯನ ಬಳಿಗೆ ಬಂದರು. ವಿದ್ಯಾರ್ಥಿಯ ಲೈಫ್ ಜಾಕೆಟ್‌ನ್ನು ಪರೀಕ್ಷಿಸಿದ ಬಳಿಕ, ಅಧ್ಯಾಪಕರು ಆತನ ಎಡಗಡೆಯ ಭುಜದ ಎತ್ತರಕ್ಕೆ ಮೇಲಕ್ಕೇಳುತ್ತಿದ್ದ ತೆರೆಗಳನ್ನು ನೋಡುತ್ತ ಕೆಳಗೆ ಬಗ್ಗಿ ಆತನ ಫ್ಲಿಪ್ಪರ್‌ಗಳನ್ನು ಬಾಚಿಕೊಂಡರು. ಅವನನ್ನು ಆ ತರುಣ ನಾವಿಕನ ಮುಖದ ಬಳಿಯಲ್ಲೇ ಹಿಡಿದು, ತಣ್ಣಗೆ ಕೇಳಿದರು, "ನೀನೊಬ್ಬ ನಿಜಕ್ಕೂ ಫ್ರಾಗ್‌ಮ್ಯಾನ್ (frogman) ಆಗುವುದಕ್ಕೆ ಬಯಸುತ್ತೀಯಾ?"

ನಾವಿಕ ನೇರ ಎದ್ದು ನಿಂತ, ಅವನ ನೋಟದಲ್ಲಿ ಪ್ರತಿಭಟನೆಯ ಸುಳಿವಿತ್ತು. "ಹೌದು ಮಾಸ್ಟರ್, ನಾನು ಬಯಸುತ್ತೇನೆ!" ಆತ ಬೊಬ್ಬಿಟ್ಟು ಹೇಳಿದ.

"ನೀನೊಬ್ಬ ಕೇವಲ ಚಿಕ್ಕ ಮನುಷ್ಯ," ಅಧ್ಯಾಪಕರು ಹೇಳಿದರು, ಫ್ಲಿಪ್ಪರ್‌ನ್ನು ಅವನ ಮುಖದತ್ತ ಆಡಿಸುತ್ತ. "ಅಲ್ಲಿ ಏಳುತ್ತಿರುವ ತೆರೆಗಳು ನಿನ್ನನ್ನು ಅರ್ಧಕ್ಕೆ ಸೀಳುತ್ತವೆ ಗೊತ್ತ?" ಆತ ತುಸು ತಡೆದು ಬಳಿಕ ಸಾಗರದ ಕಡೆಗೆ ನೋಡಿದ.

"ನೀನು ಗಾಯಗೊಳ್ಳುವ ಮೊದಲು ಈಗಲೇ ಬಿಟ್ಟುಬಿಡುವುದು ಒಳ್ಳೆಯದು."

ನನ್ನ ಕಣ್ಣಿನ ಮೂಲೆಯಲ್ಲಿ ನೋಡುತ್ತಿದ್ದರೆ ತರುಣನ ದವಡೆಗಳು

ಬಿಗಿಯಾಗುತ್ತಿರುವುದು ಕಂಡು ಬಂತು.

"ನಾನು ಬಿಟ್ಟುಹೋಗಲಾರೆ!" ನಾವಿಕ ಉಸುರಿದ, ಒಂದೊಂದೂ ಶಬ್ದವನ್ನು ಎಳೆದೆಳೆದು ಉಚ್ಚರಿಸುತ್ತ. ಅಧ್ಯಾಪಕರು ಮುಂದಕ್ಕೆ ಬಾಗಿ ಅವನ ಕಿವಿಯಲ್ಲೇನೋ ಉಸುರಿದರು. ತೆರೆಗಳ ಅಬ್ಬರದಲ್ಲಿ ನನಗೇನೂ ಕೇಳಿಸಲಿಲ್ಲ.

ತರಬೇತಿಯ ಎಲ್ಲಾ ಸದಸ್ಯರನ್ನು ತಪಾಸಣೆ ಮಾಡಿದ ಬಳಿಕ ನಮಗೆ ನೀರಿಗಿಳಿದು ಈಜುವುದಕ್ಕೆ ನಿರ್ದೇಶಿಸಿದರು. ಒಂದು ತಾಸಿನ ಬಳಿಕ ನಾನು ಸರ್ಫ್ ವಲಯದಿಂದ ತೆವಳುತ್ತ ಹೊರಬಂದೆ. ತರುಣ ನಾವಿಕ ಮಿತ್ರ ಕಿನಾರೆಯಲ್ಲಿ ನಿಂತಿದ್ದ. ಕ್ಲಾಸಿಗೇ ಪ್ರಥಮವಾಗಿ ಅವನು ಈಜು ಮುಗಿಸಿ ಬಂದುಬಿಟ್ಟಿದ್ದ. ನಾನು ನಂತರ ಆತನನ್ನು ಬದಿಗೆ ಸೆಳೆದು ಆ ದಿನ ಅಧ್ಯಾಪಕರು ಅವನ ಕಿವಿಯಲ್ಲೇನು ಉಸುರಿದರು ಅಂತ ಕೇಳಿದೆ. ಆತ ನಕ್ಕ ಮತ್ತು ಹೆಮ್ಮೆಯಿಂದ ಹೇಳಿದ, "ನಾನು ತಪ್ಪೆಂದು ಸಾಧಿಸಿ ತೋರಿಸು!"

ಸೀಲ್ ತರಬೇತಿಯಲ್ಲಿ ಯಾವಾಗಲೂ ಏನಾದರೊಂದನ್ನು ಸಾಧಿಸಿ ತೋರಿಸಬೇಕು. ಅಲ್ಲಿ ಯಾವ ಪ್ರಮಾಣ ಎನ್ನುವುದು ಲೆಕ್ಕಕ್ಕೆ ಬರುವುದಿಲ್ಲ. ನಿಮ್ಮ ಚರ್ಮದ ಬಣ್ಣ ಮುಖ್ಯವಲ್ಲ. ಹಣದ ಸಾಧನೆ ನಗಣ್ಯ. ನಿಮ್ಮ ದೃಢ ನಿರ್ಧಾರ ಮತ್ತು ಹಠ ಹೆಚ್ಚು ಮುಖ್ಯವೆನಿಸುತ್ತದೆ. ನಿಮ್ಮ ಪ್ರತಿಭೆಗಿಂತಲೂ. ಸುದೈವದಿಂದ ತರಬೇತಿ ಪ್ರಾರಂಭವಾಗುವುದಕ್ಕೂ ಮೊದಲೇ ನಾನು ಆ ಪಾಠವನ್ನು ಕಲಿತುಬಿಟ್ಟಿದ್ದೆ.

ನಾನು ಸ್ಯಾನ್ ಡಿಯಾಗೋದಿಂದ ಸಿಟಿ ಬಸ್‌ನಲ್ಲಿ ಕುಳಿತು ಹೊರಟಾಗ ಕೊರೊನಡೋ ಕೊಲ್ಲಿಯಲ್ಲಿನ ಬೇಸಿಕ್ ಸೀಲ್ ಟ್ರೈನಿಂಗ್ ಅನುಕೂಲ

ನೆನೆದೇ ಉತ್ಸುಕನಾಗಿದ್ದೆ. ನೇವಲ್ ರಿಸರ್ವ್ ಆಫೀಸರ್ಸ್ ಟ್ರೈನಿಂಗ್ ಕೋರ್ಪ್ ಪ್ರೋಗ್ರಾಂ(ROTC)ನಲ್ಲಿ ನಾನೇ ನನ್ನ ಬೇಸಿಗೆ ತಂಡದ ಫರ್ಸ್ಟ್ ಕ್ಲಾಸ್ ಮಿಡ್‌ಶಿಪ್‌ಮೆನ್ ಆಗಿದ್ದೆ. ಫರ್ಸ್ಟ್ ಕ್ಲಾಸ್ ಮಿಡ್‌ಶಿಪ್‌ಮೆನ್ ಆಗಿದ್ದರಿಂದ ನನಗೆ ನನ್ನ ಜೂನಿಯರ್‌ಗಳೂ ಸೀನಿಯರ್‌ಗಳೂ ಸಿಗುವಂತಾಗಿದ್ದರು. ಹಾಗೆ ಎಲ್ಲವೂ ಚೆನ್ನಾಗಿಯೇ ನಡೆದು ಹೋಗಿದ್ದರೆ ಮುಂದಿನ ಬೇಸಿಗೆಯಲ್ಲಿ ನನ್ನನ್ನು ಸೀಲ್ ಟ್ರೈನಿಂಗ್‌ಗೆ ಕರೆಯಲಾಗುತ್ತಿತ್ತು. ಅದು ವಾರದ ಮಧ್ಯವಾಗಿತ್ತು ಮತ್ತು ನನಗೆ ಯೋಜಿತ ತರಬೇತಿಯಿಂದ ವಿಮುಖವಾಗಿ ಕೊರೊನಡೋಗೆ ಸಾಗುವ ಹಡಗನ್ನು ಏರಬೇಕೆಂದು ಆರ್‌ಒಟಿಸಿ ಅಧ್ಯಾಪಕರಿಂದ ಸೂಚನೆ ಬಂತು.

ನಾನು ಪ್ರಸಿದ್ಧ ಹೊಟೇಲ್ ಡೆಲ್ ಕೊರೊನಡೋ ಎದುರಿಗೆ ಬಸ್ಸಿನಿಂದ ಇಳಿದು ಹೆಚ್ಚು ಕಡಿಮೆ ಒಂದು ಮೈಲಿಯಷ್ಟು ಕಾಲ್ನಡಿಗೆಯಲ್ಲಿ ಕರಾವಳಿಯಲ್ಲಿದ್ದ ನೇವಲ್ ಆಂಫಿಬಿಯಸ್ ಬೇಸ್‌ಗೆ ತಲುಪಿದೆ. ನಾನು ಹಲವು ಕೊರಿಯನ್ ವಾರ್–ವಿಂಟೇಜ್ ಕಟ್ಟಡಗಳನ್ನು ದಾಟಿ ಸಾಗಿದೆ. ಆ ಕಟ್ಟಡಗಳಲ್ಲಿ ಹನ್ನೊಂದು ಮತ್ತು ಹನ್ನೆರಡು ನಂಬರ್‌ನ ಜಲಾಂತರ್ಗತ ಡೆಮೊಲಿಶನ್ ಟೀಮ್‌ಗಳು ವಾಸ್ತವ್ಯಕ್ಕಿದ್ದವು. ಅಂತಹ ಒಂದು ಇಟ್ಟಿಗೆಯ ಕಟ್ಟಡದ ಹೊರಗಡೆ ಬಹಳ ದೊಡ್ಡ ಒಂದು ಬೋರ್ಡ್ ಕಣ್ಣಿಗೆ ಬಿತ್ತು. ಅದರಲ್ಲಿ ಫ್ರೆಡ್ಡಿ ದಿ ಫ್ರೋಗ್, ಚಿತ್ರವಿತ್ತು, ವೆಬ್–ಪಾದಗಳ ಆಂಫಿಬಿಯನ್ ಟಿಎನ್‌ಟಿ ಸ್ಟಿಕ್ ಮತ್ತು ಸಿಗಾರ್‌ನ್ನು ಸೇದುವ ಭಂಗಿಯದ್ದು. ಇದು ವೆಸ್ಟ್‌ಕೋಸ್ಟ್ ಫ್ರಾಗ್‌ಮನ್‌ನ ನಿವಾಸವಾಗಿದ್ದು ಅವರೆಲ್ಲ ನಿರ್ಭೀತ ಮಾಸ್ಕ್–ಮತ್ತು– ಫಿನ್ ಸೇನಾನಿಗಳಾಗಿದ್ದವರು. ಅವರ ಮಿಲಿಟರಿ ಪೂರ್ವಜರು ಐವೊ ಜಿಮಾ, ತರಾವಾ, ಗುವಾಮ್ ಮತ್ತು ಇನ್‌ಚೋನ್‌ಗಳ ಕರಾವಳಿಗಳನ್ನು ತೆರವುಗೊಳಿಸಿದ್ದರು. ನನ್ನ ಎದೆ ತುಸು ಜೋರಾಗಿ ಬಡಿದುಕೊಳ್ಳುವುದಕ್ಕೆ ತೊಡಗಿತು. ಇಲ್ಲೇ ನಾನು ಒಂದು ವರ್ಷ ಕಾಲ ತಂಗಬೇಕಾಗಿತ್ತು.

ನಾನು ಅಂಡರ್ ವಾಟರ್ ಡೆಮೊಲಿಶನ್ ಟೀಮ್‌ನ ಮುಂದಿನ ಕಟ್ಟಡಕ್ಕೆ ಸಮೀಪಿಸಿದೆ. ಅದೇ ಸೀಲ್ ಟೀಮ್ ಒಂದರ ಠಿಕಾಣಿ ಸ್ಥಳ. ಒಂದು ಕಾಲದಲ್ಲಿ ವಿಯೆಟ್‌ನಾಮ್ ಯುದ್ಧ ಕಾಲದಲ್ಲಿ ಹೆಸರು ಗಳಿಸಿದ್ದ ಅರಣ್ಯ ಸೇನಾನಿಗಳ ವಂಶದವರ ತಂಗುದಾಣ ಇದಾಗಿತ್ತು. ಇನ್ನೊಂದು ದೊಡ್ಡ ಮರದ ಪ್ರದರ್ಶಿಕೆ ಸ್ಯಾಮಿ ದಿ ಸೀಲ್ ಅವರದ್ದಾಗಿತ್ತು. ಒಂದು ಕೈಯಲ್ಲಿ ಖಡ್ಗ, ಕಪ್ಪು ಬಟ್ಟೆ ಅವರ ಭುಜವನ್ನು ಸುತ್ತಿಕೊಂಡಿತ್ತು. ಫ್ರಾಗ್‌ಮನ್ ಮತ್ತು ಸೀಲ್‌ಗಳು ಒಂದೇ ಎಂಬುದು ನನಗೆ ಮುಂದೆ ವೇದ್ಯವಾಯಿತು. ಎಲ್ಲರೂ ಸೀಲ್ ಟ್ರೈನಿಂಗ್‌ನಿಂದ ಬಂದ ಪದವೀಧರರೇ, ಎಲ್ಲಾ ಫ್ರಾಗ್‌ಮನ್ ಹೃದಯದಲ್ಲಷ್ಟೇ.

ಕಟ್ಟಕಡೆಗೆ, ನಾನು ಬೀಚ್‌ನ ಬದಿಯಲ್ಲಿರುವ ನೇವಲ್ ಬೇಸ್‌ನ ಕೊನೆಯ ಸರಕಾರೀ ಕಟ್ಟಡಕ್ಕೆ ಬಂದೆ. ಹೊರಗಡೆ ಅದನ್ನು ಬೇಸಿಕ್ ಅಂಡರ್ ವಾಟರ್ ಡೆಮೊಲಿಶನ್ ಸೀಲ್ ಟ್ರೈನಿಂಗ್ ಎಂದು ಕರೆಯಲಾಗುತ್ತಿತ್ತು. ಹೊರಗೆ ಇಬ್ಬರು ಸೀಲ್ ಅಧ್ಯಾಪಕರ ಸುತ್ತ ಹೈಸ್ಕೂಲ್ ಸೀ ಕ್ಯಾಡೆಟ್ಸ್ ಮುತ್ತಿಕೊಂಡಿದ್ದರು. ಆರು ಅಡಿ ಮೂರು ಇಂಚು ಎತ್ತರದ ಸೀನಿಯರ್ ಚೀಫ್ ಪೆಟ್ಟಿ ಆಫೀಸರ್ ಡಿಕ್ ರೇ, ಸಪೂರ ಸೊಂಟ, ದಟ್ಟ ಕಂದು–ಕಪ್ಪು ಬಣ್ಣದ ಪೆನ್ಸಿಲ್ ಸಪೂರದ ಮೀಸೆ. ಸೀಲ್‌ನವರೆಲ್ಲ ಅವರ ತರಹವೇ ಕಾಣುತ್ತಾರೆ ಎಂದುಕೊಂಡಿದ್ದೆ. ಅವರ ಪಕ್ಕದಲ್ಲಿ ನಿಂತವರೇ ಚೀಫ್ ಪೆಟ್ಟಿ ಆಫೀಸರ್ ಜೇನ್ ವೆನ್ಸ್. ಆರು ಅಡಿಗಿಂತ ಎತ್ತರದ ವೆನ್ಸ್ ಒಬ್ಬ ಲೈನ್ ಬ್ಯಾಕರ್ ತರಹ ಕಟ್ಟುಮಸ್ತಾಗಿದ್ದರು. ಹೊರ ಚಾಚಿದ ಬೈಸೆಪ್‌ಗಳು, ಮತ್ತು ಉಕ್ಕಿನ ಕಣ್ಣಿನಂತಹ ನೋಟವಿರುವವರು. ಆ ಕಣ್ಣುಗಳು ಅನ್ಯರನ್ನು ಅವರ ಸಮೀಪಕ್ಕೆ ಸುಳಿಯಬಾರದು ಎನ್ನುವ ಎಚ್ಚರಿಕೆಯನ್ನು ನೀಡುವಂತಿದ್ದವು.

ನೇವಿಯ ಕ್ಯಾಡೆಟ್‌ಗಳನ್ನು ಕಟ್ಟಡದೊಳಕ್ಕೆ ಬಿಡಲಾಯಿತು. ಸ್ವಲ್ಪ ನಡುಕದೊಂದಿಗೇ ನಾನು ಅವರನ್ನು ಹಿಂಬಾಲಿಸಿದೆ ಮತ್ತು ಎದುರಿನ

ಡೆಸ್ಕ್‌ನ ಸಮೀಪ ಹೋಗಿ ನಿಂತೆ. ನಾನು ಟೆಕ್ಸಾಸ್ ವಿಶ್ವವಿದ್ಯಾಲಯದ ಮಿಡ್‌ಶಿಪ್‌ಮೆನ್ ಆಗಿದ್ದೆ ಮತ್ತು ಸೀಲ್ ತರಬೇತಿಯ ಕುರಿತಂತೆ ಯಾರಲ್ಲಾದರೂ ಮಾತಾಡಬಹುದೆಂದುಕೊಂಡಿದ್ದೆ. ನೇವಿಯವನು ಅವನ ಡೆಸ್ಕ್‌ನ್ನು ಬಿಟ್ಟು ಅಲ್ಲಿಂದ ಹೊರಟ, ನಂತರ ಹಿಂದಿರುಗಿ ಲೆಫ್ಟ್‌ನೆಂಟ್ ಡೌಗ್ ಹತ್ತ್ ಕೆಲವೇ ನಿಮಿಷಗಳಲ್ಲಿ ನನ್ನಲ್ಲಿಗೆ ಬಂದು ಮಾತನಾಡಲು ಇಷ್ಟಪಟ್ಟಿದ್ದಾರೆ ಎಂದು ಹೇಳಿದ. ನನಗೆ ಲೆಫ್ಟ್‌ನೆಂಟ್ ಹತ್ತ್‌ರ ಆಫೀನಿಂದ ಕರೆ ಬಂತು.

ನಾನು ಹಾಲ್‌ನಲ್ಲಿ ಮೇಲೆ ಕೆಳಗೆ ನಡೆಯುತ್ತ ಗೋಡೆಗಳನ್ನು ಅಲಂಕರಿಸಿದ್ದ ಫೋಟೋಗಳನ್ನು ನೋಡುತ್ತ ಸಾಗಿದೆ. ಅವೆಲ್ಲ ವಿಯೆಟ್ನಾಮ್ ಸೀಲ್‌ಗಳಾಗಿದ್ದು, ಮೆಕೋಂಗ್ ಡೆಲ್ಟಾದ ಉದ್ದಕ್ಕೂ ಅವರೆಲ್ಲ ಸೊಂಟದ ತನಕವಿದ್ದ ಕೆಸರಿನಲ್ಲಿ ಹೂತು ಅದರಿಂದ ಮೇಲಕ್ಕೇಳಲು ಪ್ರಯತ್ನಿಸುವುದಿತ್ತು. ಬಣ್ಣ ಬದಲಾಯಿಸಿದ ಸೀಲ್ ಪ್ಲಟೂನ್‌ಗಳು ರಾತ್ರಿಯ ಪಾಳಿಯನ್ನು ಮುಗಿಸಿ ಬರುವವರೂ ಇದ್ದರು. ಸ್ವಯಂಚಾಲಿತ ಅಸ್ತ್ರ ಮತ್ತು ಬ್ಯಾಂಡೋಲಿಯರ್‌ನ ಮದ್ದುಗುಂಡುಗಳ ಸಹಿತ ಪುರುಷರು ಕಾಡಿನ ಕಡೆಗೆ ಸಾಗುವ ತ್ವರಿತಗತಿಯ ಬೋಟುಗಳನ್ನು ಏರುವವರಿದ್ದರು.

ಕೆಳಗಿನ ಹಾಲ್‌ನಲ್ಲಿ ಇನ್ನೋರ್ವ ವ್ಯಕ್ತಿ ಫೋಟೋಗಳನ್ನು ವೀಕ್ಷಿಸುತ್ತಿದ್ದರು. ಸಿವಿಲ್ ನಾಗರಿಕನ ಪೋಷಾಕಿನ ಸಣ್ಣಗಿನ ತೆಳ್ಳಗಿನ ಮನುಷ್ಯನ ಕಿವಿಗಳ ಮೇಲೆ ದಟ್ಟ ಕಪ್ಪು ಬಣ್ಣದ ಕೂದಲು ಇಳಿಬಿಟ್ಟಂತೆ ಇತ್ತು. ಫೋಟೋಗಳಲ್ಲಿನ ಸೈನಿಕರನ್ನು ಅಚ್ಚರಿಯೊಂದಿಗೆ ಆತ ನೋಡುತ್ತಿದ್ದರು. ನೇವಿ ಸೀಲ್ ಎಂದರೆ ಏನೆಂದುಕೊಂಡಿದ್ದೀರಾ, ಅದೆಷ್ಟು ಕಠಿಣ ಶ್ರಮದ ತರಬೇತಿ ಎಂದು ನಿಮಗೆ ಗೊತ್ತೇ ಎಂಬ ಭಾವನೆ ನನ್ನ ಮನಸ್ಸಿಗೆ ಬಂತು. ಅವರ ಸಣ್ಣ ಶರೀರ ಅಂತಹ ಭಾರವಾದ ಬ್ಯಾಗ್‌ಗಳನ್ನು ಹೊರುವಷ್ಟು ತ್ರಾಣ ಹೊಂದಿದೆಯೇ?

ಮುಂದಿನ ಬಾಗಿಲಲ್ಲಿ ನಿಂತಿರುವ ಇಬ್ಬರು ಸೀಲ್ ಅಧ್ಯಾಪಕರನ್ನು ನೀವು ಕಂಡಿಲ್ಲವೇ? ದಷ್ಟಪುಷ್ಟರಾದ ಅವರು ಸರಿಯಾದ ಹೊಂದಿಕೆಯಲ್ಲವೇ? ಈ ವ್ಯಕ್ತಿಗೆ ಯಾರೋ ತಪ್ಪುತಿಳುವಳಿಕೆಯನ್ನು ನೀಡಿ ಇಲ್ಲಿಗೆ ಬಂದು ಸೀಲ್ ತರಬೇತಿಯನ್ನು ಪಡೆಯುವಂತೆ ಮಾಡಿರಬೇಕು ಎಂದು ನಾನು ನನ್ನಷ್ಟಕ್ಕೇ ಮರುಗಲು ತೊಡಗಿದೆ.

ಕೆಲವು ನಿಮಿಷಗಳ ಬಳಿಕ ಆ ಫ್ರೆಂಟ್ ಡೆಸ್ಕ್‌ನ ನೇವಿಯ ನಾವಿಕ ನನ್ನ ಮುಂದೆ ಹಾಜರಾಗಿ ಲೆಫ್ಟಿನೆಂಟ್ ಹತ್ತ್ ಅವರ ಆಫೀಸಿಗೆ ಕರೆದೊಯ್ದು. ಡೌಗ್ ಹತ್ತ್ ಕೂಡಾ ಸೀಲ್‌ಗೆ ಆಯ್ಕೆ ಮಾಡುವ ವ್ಯಕ್ತಿಯಾಗಿದ್ದರು. ಎತ್ತರದ, ದಷ್ಟಪುಷ್ಟ ಕಂದು ಬಣ್ಣದ ಕೂದಲಿನೊಂದಿಗೆ ಅವರು ತಮ್ಮ ನೇವಿ ಖಾಕಿ ಸಮವಸ್ತ್ರದಲ್ಲಿ ತುಂಬಾ ತೀಕ್ಷ್ಣಮತಿ-ಯವರೆಂದು ತಿಳಿದುಬರುತ್ತಿತ್ತು.

ನಾನು ಅವರೆದುರಿನ ಕುರ್ಚಿಯಲ್ಲಿ ಕುಳಿತೆ ಮತ್ತು ನಾವು ಸೀಲ್ ತರಬೇತಿಯ ಕುರಿತಂತೆ ಅದಕ್ಕಿರುವ ಅವಶ್ಯಕತೆಗಳ ಕುರಿತಂತೆ ಮಾತಾಡಿದೆವು. ಹತ್ತ್ ತಮ್ಮ ವಿಯೆಟ್ನಾಮ್‌ನ ಬದುಕಿನ ಅನುಭವಗಳನ್ನು ಹಂಚಿಕೊಂಡರು ಮತ್ತು ಸೀಲ್ ತರಬೇತಿಯ ಪದವಿ ಪಡೆದ ತಂಡಗಳಲ್ಲಿ ಕೆಲಸ ಮಾಡುವ ಔಚಿತ್ಯದ ಬಗ್ಗೆ ಹೇಳಿದರು. ನನ್ನ ಕಣ್ಣಿನ ಅಂಚಿನಲ್ಲಿ ಆ ತೆಳ್ಳಗಿನ ಮನುಷ್ಯ ಗೋಡೆಯಲ್ಲಿನ ಫೋಟೋಗಳನ್ನು ವೀಕ್ಷಿಸುತ್ತಿದ್ದುದು ಇನ್ನೂ ಕಾಣಿಸುತ್ತಿತ್ತು. ನನ್ನಂತೆ ಆತನೂ ಲೆಫ್ಟಿನೆಂಟ್ ಹತ್ತ್ ಅವರನ್ನು ಕಾಣಲು ಕಾದಿದ್ದು ಸೀಲ್ ಟ್ರೈನಿಂಗ್ ಬಗ್ಗೆ ಇನ್ನಷ್ಟು ಮಾಹಿತಿ ಸಂಗ್ರಹಿಸಲು ಬಂದಿರಬೇಕು ಅಂದುಕೊಂಡೆ. ಆ ಮನುಷ್ಯನಿಗಿಂತ ನಾನು ಸಾಕಷ್ಟು ಬಲಿಷ್ಠನಿದ್ದೇನೆ ಎಂದು ನಾನು ಹೆಮ್ಮೆಯಿಂದ ಉಬ್ಬಿಹೋದೆ, ಆದರೆ ಆತ ಸೀಲ್‌ನ ಕಠಿಣ ಟ್ರೈನಿಂಗ್‌ನಲ್ಲಿ ಬದುಕಿ ಉಳಿಯೋದೇ ಅಸಾಧ್ಯ ಎಂದು ಯೋಚಿಸಲು ತೊಡಗಿದೆ.

ನಮ್ಮ ಮಾತುಕತೆಯನ್ನು ಅರ್ಧದಲ್ಲೇ ನಿಲ್ಲಿಸಿದ ಹತ್ತ್

ಒಮ್ಮಿಂದೊಮ್ಮೆಗೇ ತಮ್ಮ ಡೆಸ್ಕ್‌ನಿಂದ ಮೇಲಕ್ಕೆ ತಿರುಗಿ ಹಾಲ್‌ನಲ್ಲಿದ್ದ ವ್ಯಕ್ತಿಯನ್ನು ಕೂಗಿ ಕರೆದರು. ತೆಳ್ಳಗಿನ ವ್ಯಕ್ತಿಯನ್ನು ತಮ್ಮ ಆಫೀಸಿಗೆ ಬರಮಾಡಿಕೊಳ್ಳುತ್ತಿದ್ದಂತೆ ನಾನು ಕುಳಿತಲ್ಲಿಂದ ಎದ್ದು ನಿಂತೆ.

"ಬಿಲ್, ಇವರು ಟೋಮಿ ನೋರಿಸ್," ಆತ ಹೇಳಿದರು, ಆ ತೆಳ್ಳಗಿನ ಮನುಷ್ಯನಿಗೆ ಬಿಗಿದಪ್ಪಿ ಸ್ವಾಗತಿಸಿದಾಗ. "ವಿಯಟ್ನಾಮ್‌ನ ಕೊನೆಯ ಮೆಡಲ್ ಆಫ್ ಆನರ್‌ನ್ನು ಸ್ವೀಕರಿಸಿದವರು," ಹತ್ತ್ ಸೇರಿಸಿದರು. ತನ್ನ ಪರಿಚಯ ಮಾಡಿದಾಗ ಮುಜುಗರ ಪಟ್ಟ ನೋರಿಸ್ ಮಂದಹಾಸ ಬೀರಿದರು. ನಾನೂ ಮುಗುಳ್ನಕ್ಕು ಅವರ ಕೈಕುಲಿಕಿದೆ. ಮತ್ತೆ ನನ್ನಷ್ಟಕ್ಕೆ ನಕ್ಕೆ. ಈ ತೆಳ್ಳಗಿನ, ಹಿಂದಕ್ಕೆ ತಲೆಬಾಚಿದ ಮನುಷ್ಯನ ಬಗ್ಗೆ ನಾನು ಅನುಮಾನಪಟ್ಟಿದ್ದರೆ ಕೊನೆಗೆ ಲೆಫ್ಟ್‌ನೆಂಟ್ ಟೋಮ್ ನೋರಿಸ್ ಎಂದಾಗ ದಂಗಾದೆ. ಟೋಮ್ ನೋರಿಸ್ ವಿಯಟ್ನಾಮ್‌ನಲ್ಲಿ ಸೇವೆ ಸಲ್ಲಿಸಿದಾಗ, ಎಡೆಬಿಡದೆ ಎರಡು ರಾತ್ರಿಗಳಲ್ಲಿ ಶತ್ರು ಪಾಳಯಕ್ಕೆ ನುಗ್ಗಿ ಇಬ್ಬರು ವೈಮಾನಿಕರನ್ನು ರಕ್ಷಿಸಿದ್ದರು. ಇನ್ನೊಂದು ಸಂದರ್ಭದಲ್ಲಿ ವಿಯಟ್ನಾಮಿ ಪಡೆ ಇದೇ ಟೋಮ್ ನೋರಿಸ್‌ನ ಮುಖಕ್ಕೆ ಗುಂಡೇಟು ಹಾಕಿದ್ದರು ಮತ್ತು ಸತ್ತಿರಬೇಕೆಂದು ಅಂದುಕೊಂಡು ಅಲ್ಲಿಂದ ತೆರಳಿದ್ದರು. ಪೆಟ್ಟಿ ಆಫೀಸರ್ ಮೈಕ್ ಥೋರ್ಟ್‌ನ್ ಅವರನ್ನು ರಕ್ಷಿಸಿದ್ದರು. ಮುಂದೆ ಇದೇ ಕಾರ್ಯಾಚರಣೆಗಾಗಿ ಅವರು ಮೆಡಲ್ ಆಫ್ ಆನರ್ ಪಡೆದಿದ್ದರು. ಇವರೇ ಟೋಮ್ ನೋರಿಸ್, ತಮ್ಮ ಗಾಯಗಳ ವಿರುದ್ಧ ಹೋರಾಡಿ ಆಮೇಲೆ ಎಫ್‌ಬಿಐಯ ಮೊತ್ತಮೊದಲ ಯುದ್ಧಕೈದಿಗಳ ರಕ್ಷಣೆಯ ತಂಡಕ್ಕೆ ಆಯ್ಕೆಯಾಗಿದ್ದರು. ಈ ಮೌನಿ, ಸಲುಗೆರಹಿತ, ವಿನೀತ ಸ್ವಭಾವದ ವ್ಯಕ್ತಿಯೇ ಸೀಲ್ ತರಬೇತಿಯ ಇತಿಹಾಸದಲ್ಲಿ ಅತ್ಯಂತ ಕಟ್ಟುನಿಟ್ಟಿನವರಾಗಿ ಹೆಸರಾಗಿದ್ದವರು.

1969ರಲ್ಲಿ ಟೋಮಿ ನೋರಿಸ್‌ರನ್ನು ಸೀಲ್ ಟ್ರೈನಿಂಗ್‌ನಿಂದ ಹೆಚ್ಚುಕಡಿಮೆ ಹೊರಹಾಕಲಾಗಿತ್ತು. ಕಾರಣವಿಷ್ಟೇ, ತುಂಬಾ ಸಣ್ಣ ಆಕೃತಿ,

ಬಹಳ ತೆಳುಕಾಯ, ಮತ್ತು ಸಾಕಷ್ಟು ಶಕ್ತಿವಂತನಲ್ಲದ ವ್ಯಕ್ತಿ ಎನ್ನುವುದರಿಂದ. ಆದರೆ ನನ್ನ ಕ್ಲಾಸಿನ ಅನೇಕ ನಾವಿಕರು ತಮ್ಮ ಊಹೆ ತಪ್ಪೆಂದು ಒಪ್ಪಿಕೊಳ್ಳುವಂತೆ ಮಾಡಿದ್ದರು. ನಿಮ್ಮ ಫ್ಲಿಪ್ಪರ್‌ಗಳ ಗಾತ್ರದಿಂದೇನೂ ಆಗುವುದಿಲ್ಲ, ನಿಮ್ಮ ಹೃದಯದ ಗಾತ್ರವಷ್ಟೇ ಪರಿಣಾಮಕಾರಿ ಎಂದು ಅವರು ಮತ್ತೊಮ್ಮೆ ತೋರಿಸಿಕೊಟ್ಟಿದ್ದರು.

ಅಧ್ಯಾಯ ನಾಲ್ಕು

ಬದುಕು ನ್ಯಾಯೋಚಿತವಲ್ಲ- ಸಾಗಿಸುತ್ತ ಹೋಗಿ!

ನೀವು ಜಗತ್ತನ್ನು ಬದಲಿಸಬೇಕೆಂದುಕೊಂಡರೆ...

ಒಬ್ಬ 'ಶುಗರ್ ಕುಕ್ಕೀ' ಆಗುವುದರ ಬದಲು ಮುಂದೊತ್ತಿ ಸಾಗಿ.

ನಾನು ಮರಳಿನ ಗುಡ್ಡದ ತುತ್ತತುದಿಗೆ ಓಡಿದೆ ಮತ್ತು ಯಾವುದೇ ಅಳುಕಿಲ್ಲದೆ ಇನ್ನೊಂದು ಬದಿಯ ಇಳಿಜಾರಿನಲ್ಲಿ ಅತ್ಯಂತ ವೇಗವಾಗಿ ಪೆಸಿಫಿಕ್ ಸಾಗರದ ಕಡೆಗೆ ಜಾರಿದೆ. ನಾನು ಹಸುರು ಬಣ್ಣದ ಸಮವಸ್ತ್ರ ಮತ್ತು ಚಿಕ್ಕ ಹ್ಯಾಟ್‌ನ್ನು ತೊಟ್ಟುಕೊಂಡಿದ್ದೆ, ಅಂತೆಯೇ ಕೊಂಬೇಟ್ ಬೂಟುಗಳನ್ನೂ ತೊಟ್ಟಿದ್ದೆ. ಕ್ಯಾಲಿಫೋರ್ನಿಯಾದ ಕೊರೊನಡೋ ಕಿನಾರೆಗೆ ಅಪ್ಪಳಿಸುತ್ತಿದ್ದ ತೆರೆಗಳಿಗೆ ತಲೆಗೊಟ್ಟು ಮುಳುಗಿದೆ.

ನೀರಿನಲ್ಲಿ ಒದ್ದೆಯಾಗಿ ಮೇಲಕ್ಕೆದ್ದ ನನ್ನನ್ನು ಮರಳು ದಿನ್ನೆಯ ಮೇಲೆ ನಿಂತಿದ್ದ ಸೀಲ್ ಬೋಧಕ ನೋಡಿದರು. ತಮ್ಮ ಕೈಗಳನ್ನು ಕಟ್ಟಿಕೊಂಡಿದ್ದ ಅವರು ಮುಂಜಾನೆಯ ಸೂರ್ಯನ ಹದುಳ ಬೆಳಕಿನ ನಡುವೆ ಕೂಗಿ ಹೇಳಿದುದನ್ನು ನಾನು ಕೇಳಿಸಿಕೊಂಡೆ, “ಮಿ. ಮ್ಯಾಕ್ ನೀವೇನು ಮಾಡಬೇಕೆಂಬುದು ನಿಮಗೆ ಚೆನ್ನಾಗಿ ಗೊತ್ತು!”

ನಿಜಕ್ಕೂ ನಾನು ಹಾಗೆಯೇ ಮಾಡಿದ್ದೆ.

ಅಮಿತ ಉತ್ಸಾಹದೊಂದಿಗೆ ನಾನು ಜೋರಾಗಿ “ಹುರ್ರೇ” ಎನ್ನುತ್ತ ಕೂಗಿದೆ, ಅದು ನನ್ನ ಶ್ವಾಸಕೋಶವನ್ನೂ ತುಂಬಿತ್ತು, ನಂತರ ಮರಳಿನಿಂದ ಆವೃತವಾದ ನನ್ನ ಸಮವಸ್ತ್ರ ಎಲ್ಲೂ ಕಾಣಿಸದಂತಿರುವ ಮಟ್ಟಿಗೆ ಮರಳಿನ ಮೇಲೆ ಹೊರಳಾಡಿದೆ. ಮತ್ತೆ ಸ್ವಲ್ಪ ಸಮಯ ನಾನು ಕುಳಿತುಕೊಂಡೆ ಬಳಿಕ ಮರಳಿನ ಆಳಕ್ಕೆ ಕೈಹಾಕಿ ಮರಳನ್ನು

ಎತ್ತಿ ಹಾರಲು ಬಿಟ್ಟೆ. ಅದರಿಂದ ನನ್ನ ಶರೀರದ ಎಲ್ಲಾ ಮೇಲ್ಪದರು ಮರಳಿನಿಂದ ಮುಚ್ಚಿಹೋಗುವಂತಾಯಿತು.

ಬೆಳಗ್ಗಿನ ವ್ಯಾಯಾಮದಲ್ಲಿ ನಾನೆಲ್ಲೋ "ಸೀಲ್ ಟ್ರೈನಿಂಗ್‌ನ ನಿಯಮವನ್ನು ಉಲ್ಲಂಘಿಸಿದೆನೋ" ಅನ್ನಿಸಿತು. ನನಗಿರುವ ಶಿಕ್ಷೆಯೆಂದರೆ, ನಾನು ತೆರೆಗಳ ಮಧ್ಯೆ ಹಾರುವುದು, ಮರಳಿನಲ್ಲಿ ಹೊರಳಾಡಿ ನಾನೊಂದು "ಸಕ್ಕರೆಯ ಮಿಠಾಯಿ" (ಶುಗರ್ ಕುಕ್ಕೀ) ಯಂತೆ ತೋರುವಂತಾಗಬೇಕು.

ಸೀಲ್ ಟ್ರೈನಿಂಗ್‌ನಲ್ಲಿನ ಅತ್ಯಂತ ಕಠಿಣ ಶಿಕ್ಷೆಯೆಂದರೆ "ಸಕ್ಕರೆ ಮಿಠಾಯಿ"ಯಾಗುವುದು. ಅದರಲ್ಲೂ ಇನ್ನೂ ನೋವು ಅನುಭವಿಸುವ ಮತ್ತು ಬಹಳಷ್ಟು ಸುಸ್ತಾಗುವಂತಹ ಶಿಕ್ಷೆಗಳಿದ್ದುವಾದರೂ ಸಕ್ಕರೆ ಮಿಠಾಯಿಯ ಶಿಕ್ಷೆ ನಿಮ್ಮ ತಾಳ್ಮೆಯನ್ನೂ ದೃಢತೆಯನ್ನೂ ಪರೀಕ್ಷಿಸುವಂತಿರುತ್ತಿತ್ತು. ಅದು ಕೇವಲ ನಿಮ್ಮ ಕತ್ತಿನ ಕೆಳಗೆ, ತೋಳುಗಳ ಸಂಧಿಗಳಲ್ಲಿ ಮತ್ತು ನಿಮ್ಮ ತೊಡೆ ಸಂಧಿಗಳಲ್ಲಿ ಮರಳು ಸೇರುವುದಷ್ಟೇ ಆಗಿರುವುದಿಲ್ಲ, ಸಕ್ಕರೆ ಮಿಠಾಯಿ ಆಗುವುದೆಂದರೆ ಸಂಪೂರ್ಣವಾಗಿ ಗೊಂದಲಕ್ಕೆ, ಅವ್ಯವಸ್ಥೆಗೆ ಒಳಗಾಗುವುದೆಂದರ್ಥ. ಅದಕ್ಕೊಂದು ತಾಳಲಯವಾಗಲೀ, ಅದು ಸಮಂಜಸವಾದುದಾಗಲೀ ಇರುವುದಿಲ್ಲ. ಬೋಧಕರ ಇಷ್ಟಬಂದಂತೆ ಸಕ್ಕರೆ ಮಿಠಾಯಿ ಆಗಬೇಕಿತ್ತು.

ಸೀಲ್ ಟ್ರೈನಿಂಗ್‌ನ ಅನೇಕರು ಇದನ್ನು ಅಂಗೀಕರಿಸುತ್ತಿರಲಿಲ್ಲ. ಯಾರು ಅತ್ಯಂತ ಉತ್ತಮ ನಿರ್ವಹಣೆ ಮಾಡಿರುತ್ತಾರೋ ಅವರಿಗೆ ತಾರಾ ನಿರ್ವಹಣೆಗಾಗಿ ಪುರಸ್ಕಾರ ನೀಡಲಾಗುತ್ತಿತ್ತು. ಕೆಲವೊಮ್ಮೆ ನೀಡುತ್ತಿದ್ದರು, ಕೆಲವೊಮ್ಮೆ ಇಲ್ಲ. ಕೆಲವೊಮ್ಮೆ ಅವರು ತಮ್ಮ ಪ್ರಯತ್ನಕ್ಕೆ ಪಡೆಯುತ್ತಿದ್ದುದು ಬರೀ ಒದ್ದೆ ಮರಳಿನ ಸ್ನಾನ.

ನಾನು ಮರಳಿನಲ್ಲಿ ಸಾಕಷ್ಟು ಮುಳುಗಿಸಲ್ಪಟ್ಟಿದ್ದೇನೆ ಎಂದು ಮನಗಂಡು, ಬೋಧಕರ ಸನಿಹಕ್ಕೆ ಓಡಿ ಮತ್ತೆ "ಹುರ್ರೇ" ಎಂದೆ,

ಬಳಿಕ ಅಟೆನ್ಶನ್‌ನಲ್ಲಿ ನಿಂತೆ. ನನ್ನ ಮೇಲೆ ಕಣ್ಣೋಡಿಸಿದ ಆತ ನಾನು ತಮ್ಮ ಶುಗರ್ ಕುಕ್ಕಿಯ ಮಾನದಂಡಕ್ಕೆ ಸರಿಗಟ್ಟಿದ್ದೇನೆಯೇ ಎಂದು ಪರೀಕ್ಷಿಸಿದರು, ಲೆಫ್ಟಿನೆಂಟ್ ಫಿಲಿಪ್ ಎಲ್ ಮಾರ್ಟಿನ್, ಅವರ ಸ್ನೇಹಿತರ ನಡುವೆ ಮೋಕಿ ಎಂದೇ ಪ್ರಸಿದ್ಧರಾದವರು. ನಾನಾವಾಗ ಲೆಫ್ಟಿನೆಂಟ್ ಮಾರ್ಟಿನ್ ಅವರಿಗೆ ಮೊದಲ ಸಾಲಿನ ಆಪ್ತನಾಗಿರಲಿಲ್ಲ. ಮೋಕಿ ಮಾರ್ಟಿನ್ ಸರ್ವೋತ್ಕೃಷ್ಟ ಫ್ರಾಗ್‌ಮ್ಯಾನ್ ಆಗಿರಲಿಲ್ಲ.

ಹವಾಯಿಯಲ್ಲಿ ಜನಿಸಿ ಅಲ್ಲೇ ಬೆಳೆದು ದೊಡ್ಡವರಾದ ಅವರು ನನ್ನ ದೃಷ್ಟಿಯಲ್ಲಿ ನನಗೆ ಅನುಸರಿಸಲು ತಕ್ಕಂಥ ಓರ್ವ ಆದರ್ಶ ಸೀಲ್ ಆಫೀಸರ್ ಆಗಿದ್ದರು. ಸೀಲ್ ಶಸ್ತ್ರಾಗಾರದಲ್ಲಿದ್ದ ಪ್ರತಿಯೊಂದು ಶಸ್ತ್ರವನ್ನೂ ಪ್ರಯೋಗಿಸಲು ಶಕ್ತರಾಗಿದ್ದ ಅವರು ಓರ್ವ ವಿಯಟ್ನಾಮಿ ನುರಿತ ಅನುಭವಿಯಾಗಿದ್ದರು. ಸ್ಕೈಡೈವರ್ಸ್‌ಗಳ ತಂಡದಲ್ಲಿ ಅವರೇ ಮುಂಚೂಣಿಯಲ್ಲಿ ನಿಲ್ಲುತ್ತಿದ್ದರು. ಹವಾಯ್‌ಯ ಸ್ಥಳೀಯ ವಾಸಿಯಾಗಿದ್ದರಿಂದ ಅವರಿಗೆ ಸರಿಗಟ್ಟುವಂಥ ಈಜುಗಾರರು ಕೆಲವೇ ಕೆಲವು ಮಂದಿ ಇದ್ದರು.

"ಈವೊತ್ತು ಬೆಳಿಗ್ಗೆ ನೀವು ಯಾಕಾಗಿ ಶುಗರ್ ಕುಕ್ಕೀ ಆದಿರೆಂಬ ಬಗ್ಗೆ ನಿಮಗೇನಾದರೂ ಕಲ್ಪನೆ ಇದೆಯೇ ಮಿ. ಮ್ಯಾಕ್?" ಮಾರ್ಟಿನ್ ತುಂಬಾ ಶಾಂತವಾಗಿ ಮತ್ತು ಪ್ರಶ್ನಿಸುವ ಹಾಗೆ ಕೇಳಿದರು.

"ಮಾರ್ಟಿನ್ ಇನ್‌ಸ್ಟ್ರಕ್ಟರ್‌ರೇ, ಗೊತ್ತಿಲ್ಲ," ಎಂದು ನಾನು ಕರ್ತವ್ಯ ಬದ್ಧನಾಗಿ ಹೇಳಿದೆ.

"ಯಾಕೆಂದರೆ, ಮಿ.ಮ್ಯಾಕ್, ಬದುಕೇನೂ ಅಷ್ಟೊಂದು ಸುಲಲಿತವಾಗಿಲ್ಲ, ನೀವೆಷ್ಟು ಬೇಗನೇ ಕಲಿಯುತ್ತೀರೋ ನೀವಷ್ಟು ಬೇಗನೇ ಅವನ್ನೆಲ್ಲ ಕರಗತ ಮಾಡಿಕೊಳ್ಳುವಿರಿ.

ಒಂದು ವರ್ಷದ ಬಳಿಕ, ಲೆಫ್ಟ್‌ನೆಂಟ್ ಮಾರ್ಟಿನ್ ಮತ್ತು ನಾನು ಮೊದಲ-ಹೆಸರಿನ ಆಪ್ತತೆಯನ್ನು ಹೊಂದಿದೆವು. ನಾನು ಬೇಸಿಕ್

ಸೀಲ್ ಟ್ರೈನಿಂಗ್ ಪೂರ್ತಿಗೊಳಿಸಿದ್ದೆ ಮತ್ತು ಅವರು ಕೊರೊನಡೋದ ಜಲಾಂತರ್ಗಾಮಿ ಡೆಮೊಲಿಶನ್ ಇಲೆವನ್‌ನ ತಂಡಕ್ಕೆ ಮರು ನೇಮಕಗೊಂಡರು.

ನಾನು ಅವರನ್ನು ಎಷ್ಟು ಆಪ್ತವಾಗಿ ಕಂಡೆನೋ ಅಷ್ಟು ಆಳವಾಗಿ ನನ್ನಲ್ಲಿ ಅವರ ಬಗೆಗೆ ಗೌರವ ಹೆಚ್ಚಾಯಿತು. ಮೋಕಿ ಓರ್ವ ಮಹಾನ್ ಸೀಲ್ ಆಪರೇಟರ್ ಮಾತ್ರವೇ ಆಗಿರಲಿಲ್ಲ, ಅವರು ಅದ್ಭುತ ಕ್ರೀಡಾಪಟುವೂ ಆಗಿದ್ದರು. 1980ರ ಶುರುವಿನಲ್ಲಿ, ಟ್ರೈಯತ್ಲಾನ್‌ನಲ್ಲಿ ಅವರು ಮುಂಚೂಣಿಯಲ್ಲಿದ್ದರು. ಅವರು ಸಾಗರದಲ್ಲಿ ಮುಕ್ತ ಈಜಿನ ಅಭಿಯಾನದಲ್ಲಿ ಸುಂದರವಾದ ಹೊಡೆತಗಳಲ್ಲಿ ನಿಪುಣರಾಗಿದ್ದರು. ಅವರ ಕಣಕಾಲಿನ ಮಾಂಸಪೇಶಿಗಳು ಮತ್ತು ಸುದೃಢ ತೊಡೆಗಳು ಅವರನ್ನು ದೀರ್ಘ ಓಟಗಳಲ್ಲಿ ಸುರಳಿತವಾಗಿ ಸಾಗುವಂತೆ ಮಾಡುತ್ತಿದ್ದವು. ಆದರೆ ಅವರ ನಿಜವಾದ ಸಾಮರ್ಥ್ಯ ಬೈಸಿಕಲ್ ಮೇಲೆ ಕಾಣುತ್ತಿತ್ತು. ಸೈಕಲ್ ಮತ್ತು ಅವರು ಪರಸ್ಪರ ಅನ್ಯೋನ್ಯವಾಗಿ ಮಾಡಿಸಿದಂತಿದ್ದರು.

ಪ್ರತಿ ಮುಂಜಾನೆ ಅವರು ಕೊರೊನಡೋ ಸಿಲ್ವರ್ ಸ್ಟ್ರ್ಯಾಂಡ್‌ನ ಮೇಲಕ್ಕೂ ಕೆಳಕ್ಕೂ ಸೈಕಲ್ ತುಳಿಯುತ್ತಿದ್ದರು. ಪೆಸಿಫಿಕ್ ಸಾಗರಕ್ಕೆ ಸಮಾನಂತರವಾಗಿ ಸಮತಟ್ಟಾದ ಹಾದಿಯನ್ನು ನಿರ್ಮಿಸಲಾಗಿತ್ತು. ಅದು ಕೊರೊನಡೋ ನಗರವನ್ನು ಮತ್ತು ಇಂಪೀರಿಯಲ್ ಬೀಚ್‌ನ ನಗರವನ್ನು ಜೋಡಿಸುತ್ತಿತ್ತು. ಒಂದು ಕಡೆ ಸಾಗರ ಇನ್ನೊಂದು ಬದಿಯಲ್ಲಿ ಕೊಲ್ಲಿ, ಅದೊಂದು ಕ್ಯಾಲಿಫೋರ್ನಿಯಾ ಬೀಚ್‌ನ ಅತ್ಯಂತ ಸುಂದರ ತಾಣವಾಗಿತ್ತು.

ಪ್ರತಿ ಶನಿವಾರ ಬೆಳಿಗ್ಗೆ ಮೋಕಿ ತರಬೇತಿ ಸೈಕಲ್ ರೈಡ್‌ಗೆ ಸಿಲ್ವರ್ ಸ್ಟ್ರ್ಯಾಂಡ್‌ಗೆ ಹೋಗುತ್ತಿದ್ದರು. ತಲೆಯನ್ನು ಕೆಲಹಾಕಿ ಅತೀ ವೇಗವಾಗಿ ಸಾಗುತ್ತಿದ್ದಾಗ ಅಷ್ಟೇ ವೇಗದಿಂದ ಎದುರಿಂದ ಬರುತ್ತಿದ್ದ ಸೈಕಲ್‌ನ್ನು

ಅವರು ನೋಡಿರಲಿಲ್ಲ. ಸುಮಾರು ಇಪ್ಪತ್ತೈದು ಮೈಲಿ ಸ್ಪೀಡ್‌ನಲ್ಲಿದ್ದ ಸೈಕಲ್‌ಗಳು ಪರಸ್ಪರ ಘರ್ಷಿಸಿ ಹೊಡೆದವು. ಸೈಕಲ್‌ಗಳು ನಜ್ಜುಗುಜ್ಜಾಗಿ ಬಿದ್ದವು, ಸವಾರರು ತಲೆಗೆ ತಲೆ ಹೊಡೆದು ಡಾಂಬರು ರಸ್ತೆಯಲ್ಲಿ ಉರುಳಿಬಿದ್ದರು. ಮೊದಲ ಸವಾರ ಮಗ್ಗಲು ಮಗುಚಿ ಎದ್ದು ನಿಂತು ಧೂಳನ್ನು ಒರೆಸಿಕೊಂಡ, ಮತ್ತು ಕಷ್ಟದಿಂದ ಎದ್ದುನಿಂತ. ಆತ ಬಡಿದಾಡಿಕೊಂಡು ಎದ್ದರೂ ಸಾಮಾನ್ಯರ ದೃಷ್ಟಿಯಲ್ಲಿ ಆರೋಗ್ಯವಂತ-ನಾಗಿಯೇ ಕಂಡ.

ಕೆಳಮುಖವಾಗಿ ಬಿದ್ದಿದ್ದ ಮೋಕಿ ಅಲ್ಲಾಡಲೇ ಇಲ್ಲ. ಕೆಲವೇ ನಿಮಿಷಗಳಲ್ಲಿ ದುರಂತದ ಸ್ಥಳಕ್ಕೆ ಪ್ಯಾರಾಮೆಡಿಕಲ್ಸ್ ಆಗಮಿಸಿ, ಮೋಕಿಯನ್ನು ತಹಬಂದಿಗೆ ತಂದರು ಮತ್ತು ಅವರನ್ನು ಆಸ್ಪತ್ರೆಗೆ ಸಾಗಿಸಿದರು. ಆರಂಭದಲ್ಲಿ ಅವರ ಪಾರ್ಶ್ವವಾಯುವಿನ ಹೊಡೆತ ತಾತ್ಕಾಲಿಕವೆಂದು ಕಂಡುಬಂದರೂ, ದಿನಗಳು, ತಿಂಗಳುಗಳು ಮತ್ತು ವರ್ಷಗಳೇ ಕಳೆದರೂ ಮೋಕಿ ತಮ್ಮ ಕಾಲುಗಳಲ್ಲಿ ಶಕ್ತಿಯನ್ನು ಪಡೆದುಕೊಳ್ಳಲಿಲ್ಲ. ಆ ಅಪಘಾತ ಅವರನ್ನು ಶಾಶ್ವತವಾಗಿ ಸೊಂಟದ ಕೆಳಭಾಗವನ್ನು ಪಾರ್ಶ್ವವಾಯುವಿಗೆ ಗುರಿಪಡಿಸಿತು, ಕೈಗಳ ಚಲನೆ ಸೀಮಿತವಾಯಿತು.

ಕಳೆದ ಮೂವತ್ತೈದು ವರ್ಷಗಳಿಂದ ಮೋಕಿ ವೀಲ್‌ಚೇರ್‌ನಲ್ಲೇ ಕಳೆದಿದ್ದಾರೆ. ಆ ಎಲ್ಲಾ ವರ್ಷಗಳಲ್ಲೂ ಅವರು ಎಂದಿಗೂ ತಮ್ಮ ದುರಾದೃಷ್ಟವನ್ನು ಹಳಿದವರಲ್ಲ. ಅವರು ಎಂದಿಗೂ "ಯಾಕೆ ನನಗಷ್ಟೇ ಹೀಗಾಯಿತು?" ಎಂದು ಹೇಳಿದ್ದನ್ನು ನಾನು ಎಂದಿಗೂ ಕೇಳಿರಲಿಲ್ಲ. ತನ್ನ ಮೇಲೆಯೇ ಒಂದು ಔನ್ಸಿನಷ್ಟೂ ಕರುಣೆಯನ್ನು ತೋರ್ಪಡಿಸಿದವರಲ್ಲ.

ನಿಜಕ್ಕೂ, ಅಪಘಾತದ ಬಳಿಕ ಮೋಕಿ ಓರ್ವ ಪ್ರತಿಷ್ಠಿತ ಚಿತ್ರಕಲಾವಿದರಾದರು. ಒಬ್ಬ ಸುಂದರ ಮಗಳಿಗೆ ತಂದೆಯಾದರು.

ಕೊರೊನಡೋದಲ್ಲಿ ವರ್ಷಂಪ್ರತಿ ಜರಗುವ ಸೂಪರ್ ಫ್ರಾಗ್ ಟ್ರೈಯತ್ಲಾನ್‌ನನ್ನು ಸ್ಥಾಪಿಸಿದರು ಮತ್ತು ಅದರ ಮೇಲ್ವಿಚಾರಣೆಯನ್ನು ನೋಡುತ್ತ ಬಂದಿದ್ದಾರೆ.

ನಿಮ್ಮ ಬದುಕಿನ ಮೇಲೆ ಅದೇನೋ ಹೊರಗಿನ ಶಕ್ತಿ ಪ್ರಭಾವ ಬೀರುತ್ತದೆ ಎಂದು ದೂರುವುದು ಸುಲಭವೇ, ಆದರೆ ಅದೃಷ್ಟ ನಿಮ್ಮ ವಿರುದ್ಧವಾಗಿ ಕೆಲಸ ಮಾಡಿದೆ ಎಂಬುದನ್ನು ಮರೆಯಲು ಪ್ರಯತ್ನಿಸಲು ಆಗುವುದಿಲ್ಲ. ನೀವು ಹೇಗೆ ಅಭಿವೃದ್ಧಿಗೆ ಬಂದಿರಿ, ಹೇಗೆ ನಿಮ್ಮ ಪೋಷಕರು ನಿಮ್ಮನ್ನು ಬೆಳೆಸಿದರು, ಅಥವಾ ಯಾವ ಶಾಲೆಯಲ್ಲಿ ನೀವು ಕಲಿತಿರಿ ಎಂಬುದೆಲ್ಲ ನಿಮ್ಮನ್ನು ರೂಪಿಸಿದೆ ಎಂದು ತಿಳಿಯುವುದು ಸುಲಭವೇ. ಅದು ಸತ್ಯಕ್ಕೂ ಹತ್ತಿರವಾಗಿಯೇ ಇದೆ. ಸಾಮಾನ್ಯ ಜನರು ಮತ್ತು ಮಹಾನ್ ಪುರುಷರೂ ಸ್ತ್ರೀಯರೂ ತಮ್ಮ ಬದುಕಿನಲ್ಲಿನ ಅನ್ಯಾಯಗಳನ್ನು ಹೇಗೆ ನಿಭಾಯಿಸಿದರೆಂದು ನಿರ್ವಚಿಸುವುದು ಉಚಿತವೆನಿಸುವುದಿಲ್ಲ. ಹೆಲನ್ ಕೆಲ್ಲರ್, ನೆಲ್ಸನ್ ಮಂಡೇಲಾ, ಸ್ಟೀಫನ್ ಹಾವ್‌ಕಿಂಗ್, ಮಲಾಲಾ ಯೂಸಫ್‌ಝಾಯ್ ಮತ್ತು ಇದೀಗ ಮೋಕಿ ಮಾರ್ಟಿನ್.

ಕೆಲವೊಮ್ಮೆ ನೀವೆಷ್ಟೇ ಗಾಢವಾಗಿ ಪ್ರಯತ್ನಪಟ್ಟರೂ, ನೀವೆಷ್ಟೇ ಒಳ್ಳೆಯವರಾಗಿದ್ದರೂ, ನೀವೊಬ್ಬ ಶುಗರ್ ಕುಕ್ಕಿಯಾಗಿ ಕೊನೆಗೊಳ್ಳಬಹುದು. ಅದಕ್ಕೋಸ್ಕರ ಆಕ್ಷೇಪಣೆ ಬೇಕಾಗಿಲ್ಲ. ನಿಮ್ಮ ಅದೃಷ್ಟವನ್ನು ಹಳಿಯುವುದೂ ಬೇಡ. ನೇರವಾಗಿ ನೆಟ್ಟಗೆ ನಿಲ್ಲಿ, ಭವಿಷ್ಯದತ್ತ ನೋಡಿ, ಮತ್ತು ಮುಂದೊತ್ತಿ ಸಾಗಿ!

ಅಧ್ಯಾಯ ಐದು

ವೈಫಲ್ಯಗಳು ನಿಮ್ಮನ್ನು ಬಲಿಷ್ಠರನ್ನಾಗಿಸಬಹುದು

ನೀವು ಜಗತ್ತನ್ನು ಬದಲಿಸಬೇಕೆಂದುಕೊಂಡರೆ...

ಸರ್ಕಸ್‌ನ ಬಗ್ಗೆ ಭಯಪಡುವುದು ಬೇಡ.

ಕೊರೊನಡೋ ದ್ವೀಪದ ಕಿನಾರೆಯಲ್ಲಿ ನಾವು ಈಜುತ್ತಾ ಸಾಗುತ್ತಿದ್ದಾಗ, ತೆರೆಗಳು ಕಡಿದಾಗಿದ್ದು, ನಮ್ಮ ಪುಟ್ಟ ಶ್ವೇತಕ್ಯಾಪ್‌ಗಳನ್ನು ಲೆಕ್ಕಿಸದೆ ಮುಖಕ್ಕೆ ರಾಚುವಂತೆ ಬಡಿಯುತ್ತಿದ್ದವು. ಎಂದಿನಂತೆ ನನ್ನ ಈಜಾಟದ ಸಂಗಡಿಗ ಮತ್ತು ನಾನು ಮಿಕ್ಕ ಸೀಲ್ ಟ್ರೈನಿಂಗ್‌ನ ಸದಸ್ಯರೊಂದಿಗೆ ಸೇರಿಕೊಳ್ಳಲು ಹೆಣಗಾಡುತ್ತಿದ್ದೆವು. ಸುರಕ್ಷಾ ಬೋಟ್‌ಗಳಲ್ಲಿ ಸಾಗುತ್ತಿದ್ದ ಬೋಧಕರು ನಮ್ಮನ್ನು ಇನ್ನಷ್ಟು ವೇಗವಾಗಿ ಈಜಿ ಇತರರೊಂದಿಗೆ ಸೇರಿಕೊಳ್ಳಲು ಚೀರಾಡುತ್ತಿದ್ದರು. ನಾವು ಹೆಚ್ಚೆಚ್ಚು ಗಡುಸಾಗಿ ಈಜಲು ತೊಡಗಿದರೆ, ಅಷ್ಟೇ ಹಿಂದಕ್ಕೆ ಬೀಳುತ್ತಿದ್ದೆವು.

ನನ್ನ ಈಜಾಟದ ಸಂಗಡಿಗ ಆದಿನ ಐಸೈನ್ ಮಾರ್ಕ್ ಥೋಮಸ್ ಆಗಿದ್ದ. ನನ್ನಂತೆ ಮಾರ್ಕ್ ಕೂಡಾ ತನ್ನ ಸೇರ್ಪಡೆಯನ್ನು ರಿಸರ್ವ್ ಆಫೀಸರ್ಸ್ ಟ್ರೈನಿಂಗ್ ಕಾರ್ಪ್ಸ್ (ROTC) ಮೂಲಕ ಪಡೆದಿದ್ದ. ಆತ ವರ್ಜೀನಾ ಮಿಲಿಟರಿ ಇನ್‌ಸ್ಟಟ್ಯೂಟ್‌ನ ಪದವೀಧರನಾಗಿದ್ದ ಮತ್ತು ಕ್ಲಾಸಿನಲ್ಲಿ ಉತ್ತಮ ದೂರ ಓಟದ ಪಟುವಾಗಿದ್ದ.

ಸೀಲ್ ಟ್ರೈನಿಂಗ್‌ನಲ್ಲಿ ನಿಮ್ಮ ಸಂಗಡ ಈಜುವ ವ್ಯಕ್ತಿ ನಿಮ್ಮ ಬೆಂಬಲಕ್ಕಿರುತ್ತಾನೆ. ದೀರ್ಘ ಈಜುವಿಕೆಯಲ್ಲೂ ನಿಮ್ಮ ಸಂಗಡಿಗ ಈಜುಗಾರನೇ ನಿಮ್ಮ ಜೊತೆಗಿರುತ್ತಾನೆ. ನಿಮ್ಮ ಆ ಸಂಗಡಿಗನೇ ನಿಮ್ಮ ಕಲಿಕೆಗೆ ನೆರವಾಗುವವನು, ನಿಮಗೆ ಸ್ಫೂರ್ತಿಯನ್ನು ನೀಡುವವನು ಮತ್ತು ನಿಮ್ಮ ಪೂರ್ತಿ ತರಬೇತಿಯ ಸಮಯದಲ್ಲಿ ನಿಮಗೆ ಆಪ್ತನೆಂದರೆ

ಅವನೇ. ಅಷ್ಟೇ ಅಲ್ಲ, ನಿಮ್ಮಲ್ಲಿ ಯಾರಾದರೂ ಒಬ್ಬ ವಿಫಲನಾದರೆ ನೀವಿಬ್ಬರೂ ಅದರ ಪರಿಣಾಮವನ್ನು ಎದುರಿಸಬೇಕಾಗುತ್ತದೆ. ತಂಡದಲ್ಲಿ ಕೆಲಸ ಮಾಡುವ ಪ್ರಾಮುಖ್ಯತೆಯನ್ನು ದೃಢಪಡಿಸಲು ಬೋಧಕರು ಹಾಗೆ ಮಾಡಿರುತ್ತಾರೆ.

ನಾವು ನಮ್ಮ ಈಜನ್ನು ಮುಗಿಸಿ ದಡವನ್ನು ಸೇರಿದಾಗ ಓರ್ವ ಬೋಧಕರು ನಮಗಾಗಿ ಕಾದಿದ್ದರು.

"ಡ್ರೋಪ್ ಡೌನ್!" ಎಂದು ಬೋಧಕರು ಚೀರಿದರು. ಇದು 'ಪುಶ್–ಅಪ್' ಸ್ಥಿತಿಯಲ್ಲಿ ಬೆನ್ನು ನೇರವಾಗಿಸಿ, ಕೈಗಳು ವಿಸ್ತರಿಸಿಲ್ಪಟ್ಟು ತಲೆ ಎತ್ತಿರುವ ಭಂಗಿ.

"ನೀವಿಬ್ಬರು ನಿಮ್ಮನ್ನು ಆಫೀಸರ್ಸ್ ಎಂದು ಕರೆಸಿಕೊಳ್ಳುತ್ತೀರಾ?" ಇದಕ್ಕೆ ಉತ್ತರಿಸುವ ವ್ಯವಧಾನವಿಲ್ಲ. ಆತ ಮುಂದುವರಿಸುತ್ತಾರೆ ಅಂತ ನಮಗೆ ಗೊತ್ತು.

"ಸೀಲ್‌ನ ಆಫೀಸರ್‌ಗಳು ಹಾದಿಯ ಮುಂಭೂಣಿಯಲ್ಲಿರಬೇಕು. ಈಜಿನಲ್ಲಿ ಅವರು ಕಟ್ಟಕಡೆಗೆ ಬರಬಾರದು. ಕ್ಲಾಸನ್ನು ಮುಜುಗರಕ್ಕೀಡು ಮಾಡುವುದು ತರವಲ್ಲ."

ಬೋಧಕರು ನಮ್ಮ ಸುತ್ತ ಒಮ್ಮೆ ಸುತ್ತು ಹಾಕಿ ಕಾಲಿನಿಂದ ಮರಳನ್ನೆತ್ತಿ ನಮ್ಮ ಮುಖಕ್ಕೆ ರಾಚುವಂತೆ ಎಸೆದರು.

"ನೀವುಗಳು ಹಾಗೆ ಮಾಡುತ್ತೀರಿ ಎಂದು ನನಗೆ ಭರವಸೆಯಿಲ್ಲ. ನೀವು ಸೀಲ್ ಆಫೀಸರ್ಸ್ ಆಗುತ್ತೀರಿ ಎಂಬುದೂ ನನಗೆ ಹೇಳಲಾಗದು." ಒಂದು ಚಿಕ್ಕ ಕಪ್ಪು ಬಣ್ಣದ ನೋಟ್‌ಬುಕ್‌ನ್ನು ತನ್ನ ಹಿಂದುಗಡೆಯ ಪಾಕೆಟ್‌ನಿಂದ ತೆಗೆದು ನಮ್ಮ ಕಡೆಗೆ ಅಸಹ್ಯವಾಗಿ ನೋಡಿ ಅದೇನೋ ಬರೆದುಕೊಂಡರು. "ನೀವಿಬ್ಬರು ಅಂತಹ ಸರ್ಕಸ್ ಲಿಸ್ಟ್‌ನ್ನು ಈಗಷ್ಟೇ ಮಾಡಿದಿರಿ." ಆತ ತನ್ನ ತಲೆಯನ್ನು ಅಲುಗಿಸಿದರು. "ಇನ್ನೊಂದು ವಾರ ನೀವು ಉಳಿದುಕೊಂಡರೆ ಅದೇ ನಿಮ್ಮ ಅದೃಷ್ಟ."

ಸರ್ಕಸ್. ಅದು ಮಾರ್ಕ್ ಅಥವಾ ನನಗೆ ಎಂದೂ ಬೇಡವಾಗಿದ್ದ ವಿಷಯವಾಗಿತ್ತು. ಪ್ರತಿದಿನ ಸಂಜೆ ತರಬೇತಿಯ ಕೊನೆಯಲ್ಲಿ ಸರ್ಕಸ್‌ನ್ನು ಏರ್ಪಡಿಸಲಾಗುತ್ತಿತ್ತು. ಸರ್ಕಸ್ ಅಂದರೆ ಎರಡು ತಾಸುಗಳ ಕ್ಯಾಲಿಸ್ತೆನಿಕ್ಸ್ ಜೊತೆಗೆ ಸೀಲ್‌ನ ಪ್ರತಿಷ್ಠಿತರ ಅಗಾಧ ಕಿರುಕುಳ. ಅವರಿಗೆ ಅತ್ಯಂತ ಬಲಿಷ್ಠರಷ್ಟೇ ಉಳಿಯಬೇಕೆನ್ನುವ ಇರಾದೆಯಿದ್ದಿರುತ್ತಿತ್ತು. ಕ್ಯಾಲಿಸ್ತೆನಿಕ್ಸ್‌ನ ಯಾವುದೇ ಪಂದ್ಯದಲ್ಲಿ– ಅಂದರೆ ತಡೆಯೋಟ, ನಿರ್ಧರಿತ ಸಮಯದ ಓಟ, ಅಥವಾ ಈಜು– ನಿಮ್ಮ ಹೆಸರು ಲಿಸ್ಟ್‌ನಲ್ಲಿ ಕಾಣಿಸಿಕೊಳ್ಳುತ್ತದೆ. ನಿಮ್ಮ ಬೋಧಕರ ದೃಷ್ಟಿಯಲ್ಲಿ ನೀವೊಬ್ಬ ನತದೃಷ್ಟ ವಿಫಲ ವ್ಯಕ್ತಿ.

ವಿದ್ಯಾಥಿಗಳೆಲ್ಲ ಸರ್ಕಸ್‌ಗೆ ಅಷ್ಟೊಂದು ಯಾಕಾಗಿ ಹೆದರು–ತಿದ್ದರೆಂದರೆ ನಿಮಗಾಗುವ ಹೆಚ್ಚುವರಿ ನೋವಿನಿಂದ ಮಾತ್ರವಲ್ಲ ಸರ್ಕಸ್‌ನ ಅತಿಯಾದ ಹೆಚ್ಚುವರಿ ಕೆಲಸದ ಸುಸ್ತಿನಿಂದಾಗಿ ನೀವು ಮರುದಿನ ಮತ್ತೆ ನಿಗದಿತ ಮಟ್ಟವನ್ನು ಕಾಯ್ದುಕೊಳ್ಳಲು ವಿಫಲರಾಗುತ್ತಿದ್ದಿರಿ. ನಂತರ ಇನ್ನೊಂದು ಸರ್ಕಸ್ ಮತ್ತಿನ್ನೊಂದು, ಮಗುದೊಂದು ಹೀಗೆ. ಅದೊಂದು ಸಾವಿನ ಸರಮಾಲೆ, ಆ ವೈಫಲ್ಯದ ಶೃಂಖಲೆಯಿಂದಾಗಿಯೇ ಅನೇಕ ವಿದ್ಯಾರ್ಥಿಗಳು ತರಬೇತಿಯನ್ನು ಅರ್ಧದಲ್ಲೇ ನಿಲ್ಲಿಸಿಬಿಡುತ್ತಿದ್ದರು.

ಮಿಕ್ಕ ವಿದ್ಯಾರ್ಥಿಗಳೆಲ್ಲ ಆ ದಿನದ ಕಾರ್ಯಕ್ರಮಗಳನ್ನೆಲ್ಲ ಮುಗಿಸಿದ್ದರೆ, ಮಾರ್ಕ್ ಮತ್ತು ನಾನು ಕ್ಯಾಲಿಸ್ತೆನಿಕ್ಸ್‌ನ ಇನ್ನೊಂದು ದೀರ್ಘ ಅವಧಿಗೆ ಸೇರಬೇಕಾಯಿತು.

ಯಾಕೆಂದರೆ ಆದಿನ ನಾವು ಈಜಿನಲ್ಲಿ ಕೊನೆಗೆ ಬಂದಿದ್ದರಿಂದ ನಾವು ಸರ್ಕಸ್‌ನ್ನು ಅನುಭವಿಸಬೇಕಾಗಿತ್ತು. ಅಳ್ಳಾಡಿಸುವ ಒದೆತ (flutter-kicks) ಗಳು, ಮತ್ತು ಇನ್ನಷ್ಟು ಒದೆತಗಳು. ಈ ಅಳ್ಳಾಡಿಸುವ

ಒದೆತಗಳನ್ನು ನಮ್ಮ ಹೊಟ್ಟೆಯ ಭಾಗವನ್ನು ಮತ್ತು ತೊಡೆಗಳಲ್ಲಿ ಶಕ್ತಿ ಸಂವರ್ಧನೆಗೆ ನೀಡಲಾಗುತ್ತಿದ್ದು, ಅದರಿಂದ ನಾವು ಸಾಗರದಲ್ಲಿ ಉದ್ದಕ್ಕೂ ಈಜುವ ಸಾಮರ್ಥ್ಯವನ್ನು ಹೊಂದುತ್ತಿದ್ದೆವು. ಅವು ನಿಮ್ಮನ್ನು ಮುರಿದು ಕೂಡಾ ಹಾಕುತ್ತಿದ್ದವು.

ಫ್ಲಟ್ಟರ್ ಕಿಕ್‌ನಲ್ಲಿ ನೀವು ಅಂಗಾತನೆ ಮಲಗಿಕೊಂಡು ಕಾಲುಗಳನ್ನು ನೆಟ್ಟಗೆ ಮೇಲಕ್ಕೆ ಎತ್ತಿಹಿಡಿಯಬೇಕಾಗಿತ್ತು. ಕೈಗಳು ನಿಮ್ಮ ತಲೆಯ ಕೆಳಗೆ ಇರಿಸಬೇಕಾಗಿತ್ತು. ಬೋಧಕರು ಎಣಿಕೆಯನ್ನು ಪುನರಾವರ್ತಿಸಿದ ಹಾಗೆ ನೀವು ಕಾಲುಗಳನ್ನು ಮೇಲಕ್ಕೂ ಕೆಳಕ್ಕೂ ಒದೆಯುವ ಭಂಗಿಯಲ್ಲಿ ಆಡಿಸಬೇಕಿತ್ತು. ಯಾವುದೇ ಕಾರಣಕ್ಕೂ ನೀವು ಮೊಣಕಾಲನ್ನು ಬಗ್ಗಿಸುವ ಹಾಗಿರಲಿಲ್ಲ. ಮೊಣಕಾಲುಗಳನ್ನು ಬಗ್ಗಿಸುವುದೆಂದರೆ ಫ್ರಾಗ್‌ಮನ್ ಪ್ರಕಾರ ನಿಮ್ಮ ದೌರ್ಬಲ್ಯವೆನಿಸುತ್ತದೆ.

ಸರ್ಕಸ್ ಅಂದರೆ ನಿಮಗೆ ಶಿಕ್ಷೆ. ನೂರಾರು ಫ್ಲಟರ್ ಕಿಕ್‌ಗಳು, ಪುಶ್-ಅಪ್, ಪುಶ್-ಅಪ್, ಸಿಟ್-ಅಪ್ಸ್ ಮತ್ತು ಎಂಟು ಕೌಂಟ್ ಬಿಲ್ಡರ್‌ಗಳು. ಆ ಸಮಯಕ್ಕೆ ಸೂರ್ಯ ಮುಳುಗಿರುತ್ತಾನೆ. ಮಾರ್ಕ್ ಮತ್ತು ನನಗೆ ಅಲ್ಲಾಡಲೂ ಆಗುತ್ತಿರಲಿಲ್ಲ. ವೈಫಲ್ಯಕ್ಕೆ ತಕ್ಕ ಬೆಲೆ ತೆರಬೇಕಾಯಿತು.

ಮರುದಿನ ಇನ್ನಷ್ಟು ಕ್ಯಾಲಿಸ್ತೆನಿಕ್ಸ್, ಇನ್ನೊಂದು ಓಟ, ಇನ್ನೊಂದು ತಡೆಯೋಟ, ಮತ್ತೆ ಈಜು, ಹಾಗೂ ದೌರ್ಭಾಗ್ಯದಿಂದ ಮತ್ತೊಂದು ಸರ್ಕಸ್. ಸರ್ಕಸ್‌ಗಳು ಮುಂದುವರಿದ ಹಾಗೆ ಒಂದು ಮೋಜಿನ ವಿಷಯ ಘಟಿಸಿತು. ನಮ್ಮ ಈಜು ಸುಧಾರಿಸಿ, ಮಾರ್ಕ್ ಮತ್ತುನಾನು ಒಂದೇ ವೇಗದಲ್ಲಿ ಈಜಲು ಸಾಧ್ಯವಾಯಿತು.

ವೈಫಲ್ಯಕ್ಕಾಗಿ ಅದೇನು ಸರ್ಕಸ್‌ನ್ನು ಶಿಕ್ಷೆಯಾಗಿ ಹೇರಲಾಗಿತ್ತೋ, ಅದು ನಮ್ಮನ್ನು ಇನ್ನಷ್ಟು ಬಲಿಷ್ಠರನ್ನಾಗಿಸಿತು, ಹೆಚ್ಚು ವೇಗದಿಂದ ಮತ್ತು ದೃಢತೆಯಿಂದ ಈಜಲು ಸಾಧ್ಯವಾಯಿತು. ಇತರ ವಿದ್ಯಾರ್ಥಿಗಳು

ಆಗೊಮ್ಮೆ ಈಗೊಮ್ಮೆಯ ವೈಫಲ್ಯಗಳಿಂದ ನೋವು ಅನುಭವಿಸಿ, ತರಬೇತಿಯನ್ನೇ ಬಿಟ್ಟುಹೋಗಲು ಹವಣಿಸಿದರೆ ನಾನು ಮತ್ತು ಮಾರ್ಕ್ ಇನ್ನಷ್ಟು ಸರ್ಕಸ್‌ನ್ನು ಎದುರಿಸಲು ಬದ್ಧರಾದೆವು.

ಟ್ರೈನಿಂಗ್ ಮುಗಿಯುವ ಹಂತಕ್ಕೆ ಬಂದಾಗ, ಅಂತಿಮವಾಗಿ ಒಂದು ತೆರೆದ ಸಾಗರದ ಈಜು ಎಂದಿರುತ್ತದೆ. ಅದು ಸ್ಯಾನ್ ಕ್ಲೆಮೆಂಟ್ ದ್ವೀಪದಿಂದ ಐದು ಮೈಲಿ ದೂರದಲ್ಲಿ ಏರ್ಪಡಿಸಲಾಗುತ್ತಿತ್ತು. ಅದನ್ನು ನಿಗದಿತ ಅವಧಿಯಲ್ಲಿ ಈಜಿ ಪೂರ್ತಿಗೊಳಿಸುವುದೇ ಸೀಲ್ ಟ್ರೈನಿಂಗ್‌ನ ಪದವಿಗೆ ಅನಿವಾರ್ಯವಿತ್ತು.

ನಾವು ಪೀರ್ ತೀರದಿಂದ ಸಾಗರದ ನೀರಿಗೆ ಹಾರಿದಾಗ ಅದು ಅಸಾಧ್ಯ ಶೀತದಿಂದ ಕೂಡಿತ್ತು. ಹದಿನೈದು ಈಜು ಜೋಡಿಗಳು ನೀರನ್ನು ಪ್ರವೇಶಿಸಿದ್ದಾಗಿತ್ತು. ಕಿರಿದಾದ ಕೊಲ್ಲಿಯಿಂದ ಹೊರಟು ಪರ್ಯಾಯ ದ್ವೀಪವನ್ನು ಸುತ್ತಿ ಕೆಲ್ಪ್ ಭೂಶಿರದ ಮೇಲಾಗಿತ್ತು ಆ ದೀರ್ಘ ಪಯಣ. ಸುಮಾರು ಎರಡು ತಾಸುಗಳ ಬಳಿಕ ಈಜು ಜೋಡಿಗಳು ಎಷ್ಟೊಂದು ಹರಡಿಹೋಗಿದ್ದರು ಎಂದರೆ ನೀವೆಲ್ಲಿದ್ದೀರಿ ಎನ್ನುವುದನ್ನು ಪತ್ತೆಹಚ್ಚುವುದೇ ಕಷ್ಟವಾಗಿತ್ತು. ನಾಲ್ಕು ತಾಸುಗಳ ಸತತ ಈಜಿನ ಬಳಿಕ, ಮರಗಟ್ಟಿದ, ಸುಸ್ತಾದ, ಮತ್ತು ಊಹೆಗೆ ನಿಲುಕದಂತಹ ಸ್ಥಿತಿಯಲ್ಲಿದ್ದ ಮಾರ್ಕ್ ಥಾಮಸ್ ಮತ್ತು ನಾನು ಸಾಗರದ ಕಿನಾರೆಯನ್ನು ದಾಟಿದೆವು. ತೆರೆಯ ಅಂಚಿನಲ್ಲಿ ಬೋಧಕರು ಕಾದುಕೊಂಡಿದ್ದರು.

"ಕೆಳಕ್ಕೆ ಬೀಳಿ," ಆತ ಚೀರಿದರು. ನನ್ನ ಕೈಗಳು ಮತ್ತು ಪಾದಗಳು ಎಷ್ಟೊಂದು ಶೀತಗಟ್ಟಿದ್ದವು ಎಂದರೆ ಬೆರಳುಗಳ ಮತ್ತು ಪಾದಗಳ ಕೆಳಗಿನ ಮರಳಿನ ಅನುಭವವೇ ನನಗಾಗುತ್ತಿರಲಿಲ್ಲ. ನನ್ನ ತಲೆಯನ್ನು ನೆಟ್ಟಗೆ ನಿಲ್ಲಿಸಲಾಗದೆ, ನನಗೆ ಬೋಧಕರ ಬೂಟುಗಳಷ್ಟೇ ಕಂಡವು, ಆತ ನನ್ನ ಮತ್ತು ಮಾರ್ಕ್‌ನ ಸುತ್ತ ನಡೆದಾಡಿದಾಗ.

"ನೀವು ನಿಮ್ಮೆಲ್ಲ ತಂಡದವರನ್ನು ಕೀಳಾಗಿ ಕಾಣುವಂತೆ ಮಾಡಿಬಿಟ್ಟಿರಿ," ಆತ ತುಸು ತಡೆದರು. "ಚೇತರಿಸಿಕೊಳ್ಳಿ, ಮಹಾನುಭಾವರೇ!"

ಮಾರ್ಕ್ ಮತ್ತು ನಾನು ಎದ್ದುನಿಂತು ಕಿನಾರೆಯ ಸುತ್ತ ಕಣ್ಣೋಡಿಸಿದೆವು. ಈಜಿ ಮುಗಿಸಿದವರಲ್ಲಿ ನಾವೇ ಮೊದಲಿಗರು ಎಂದು ಮನವರಿಕೆಯಾಯಿತು.

"ನೀವು ಅವರನ್ನೆಲ್ಲ ಮುಜುಗರ ಪಡುವಂತೆ ಮಾಡಿಬಿಟ್ಟಿರಿ ತಾನೇ." ಬೋಧಕರು ನಕ್ಕರು. "ಎರಡನೇ ಜೋಡಿ ಇನ್ನೂ ಕಣ್ಣಿಗೆ ಕಾಣುತ್ತಿಲ್ಲ."

ನಾನು ಮತ್ತು ಮಾರ್ಕ್ ಸಾಗರದತ್ತ ನೋಡಿದೆವು. ಅಲ್ಲಿ ಯಾರೂ ಗೋಚರಿಸಲಿಲ್ಲ.

"ಚೆನ್ನಾಗಿ ಮಾಡಿದಿರಿ ಜಂಟಲ್‌ಮನ್. ನಿಮ್ಮ ಎಲ್ಲಾ ನೋವು ಮತ್ತು ಸಂಕಟಗಳಿಗೆ ಇದು ಸಂದಾಯವಾದಂತಿದೆ." ಬೋಧಕರು ತುಸು ಮುಂದೆ ಬಂದು ನಿಂತು ನಮ್ಮಿಬ್ಬರ ಕೈಕುಲಿಕಿದರು. ನೀವು ತಂಡಗಳಿಗೆ ಸೇರ್ಪಡೆಗೊಂಡಾಗ ನಿಮ್ಮ ಜೊತೆ ಕೆಲಸ ಮಾಡಲು ದೊರೆತರೆ ನನ್ನ ಭಾಗ್ಯವೆನ್ನುತ್ತೇನೆ."

ನಾವು ಅದನ್ನು ಸಾಧಿಸಿದ್ದೆವು. ಟ್ರೈನಿಂಗ್‌ನಲ್ಲಿ ದೀರ್ಘ ಈಜು ಎಂದಾಗ ಅದು ದುರ್ಗಮವಾಗಿರುತ್ತದೆ. ಬಹಳ ದಿನಗಳ ಬಳಿಕ ನಾನು ಮತ್ತು ಮಾರ್ಕ್ ಪದವೀಧರರಾದೆವು.

ಮಾರ್ಕ್ ಸೀಲ್ ತಂಡದಲ್ಲಿ ವಿಶಿಷ್ಟ ವೃತ್ತಿಯನ್ನು ಅವಲಂಬಿಸಿದರು. ನಾವಿಬ್ಬರು ಇಂದಿಗೂ ಆತ್ಮೀಯ ಸ್ನೇಹಿತರಾಗಿಯೇ ಉಳಿದಿದ್ದೇವೆ.

ಬದುಕಿನಲ್ಲಿ ನಾವು ಅನೇಕ ಸರ್ಕಸ್‌ಗಳನ್ನು ಎದುರಿಸುತ್ತಲೇ ಇರುತ್ತೇವೆ. ನಿಮ್ಮ ಸೋಲುಗಳಿಗೆ ನೀವು ದಂಡ ತೆರಬೇಕಾಗುತ್ತದೆ. ಆದರೆ ನೀವು ತಾಳ್ಮೆಯಿಂದಿದ್ದರೆ ಅಂತಹ ಸೋಲುಗಳು ನಿಮಗೆ

ಪಾಠ ಕಲಿಸುತ್ತವೆ ಮತ್ತು ಮತ್ತಷ್ಟು ಬಲಿಷ್ಠರನ್ನಾಗಿಸುತ್ತವೆ. ಅದರಿಂದ ನೀವು ಇನ್ನಷ್ಟು ಕಷ್ಟಕರ ಸನ್ನಿವೇಶಗಳನ್ನು ಎದುರಿಸಲು ಸನ್ನದ್ಧರಾಗುತ್ತೀರಿ.

1983ರ ಜುಲೈ ಅಂತಹ ಒಂದು ಕಠಿಣತಮ ಸಂದರ್ಭವಾಗಿತ್ತು. ನಾನು ನನ್ನ ಕಮಾಂಡಿಂಗ್ ಆಫೀಸರ್ ಎದುರಿಗೆ ನಿಂತಾಗ, ನನಗನ್ನಿಸಿದ್ದು, ಸೀಲ್‌ನ ನನ್ನ ಅಭಿಯಾನ ಮುಗಿಯಿತು ಅಂತ. ನನ್ನನ್ನು ಸೀಲ್ ಸ್ಕ್ವಾಡ್ರಮ್‌ನಿಂದ ಹೊರಹಾಕಲಾಯಿತು. ಸ್ಕ್ವಾಡ್ರಮ್‌ನ ಸ್ಥಾಪನೆ, ತರಬೇತಿ ಮತ್ತು ಗೊತ್ತುಗುರಿಗಳನ್ನು ಬದಲಾಯಿಸಲು ಪ್ರಯತ್ನಿಸಿದ್ದಕ್ಕಾಗಿ ನನ್ನನ್ನು ಹಾಗೆ ಕೈಬಿಡಲಾಯಿತು. ಅದರಲ್ಲಿ ಕೆಲವು ಅಪ್ರತಿಮ ಅಧಿಕಾರಿಗಳಿದ್ದರು. ಕೆಲವರನ್ನು ಸಂಸ್ಥೆಯಲ್ಲಿ ಅತ್ಯಂತ ಉತ್ತಮ ವೃತ್ತಿಪರ ಯೋಧರನ್ನಾಗಿ ಪರಿಗಣಿಸಲಾಗುತ್ತಿತ್ತು, ಅಂಥವರ ಸಂಗಡ ಬೆರೆಯಲು ನನಗೆ ಅವಕಾಶ ದೊರೆತಿತ್ತು. ಹೇಗಿದ್ದರೂ, ವಿಯಟ್ನಾಮ್ ಕಾಲದ ಸಂಸ್ಕೃತಿ ಇನ್ನೂ ಬೇರೂರಿದ ರೂಪದಲ್ಲೆ ಇತ್ತೆನ್ನಿ, ಹಾಗಾಗಿ ನಾನು ಅದರಲ್ಲಿ ಬದಲಾವಣೆಗೆ ಯತ್ನಿಸಿದ್ದೆ. ಉಸ್ತುವಾರಿಯನ್ನು ಹೊತ್ತ ಅಧಿಕಾರಿಗೆ ಬದಲಾವಣೆಯನ್ನು ತರುವುದು ಅದೇನೂ ಸುಲಭದ ಮಾತಾಗಿರಲಿಲ್ಲ.

ಸುದೈವದಿಂದ, ನನ್ನ ಕಮಾಂಡಿಂಗ್ ಆಫೀಸರ್, ನನ್ನನ್ನು ಹೊರಹಾಕಲಾದರೂ, ಇನ್ನೊಂದು ಸೀಲ್ ತಂಡಕ್ಕೆ ವರ್ಗಾಯಿಸಿದರು, ಆದರೆ ನನ್ನ ಸೀಲ್ ಆಫೀಸರ್ ಸ್ಥಾನದ ಗೌರವಕ್ಕೆ ಸಾಕಷ್ಟು ಚ್ಯುತಿ ಉಂಟಾಯಿತು. ನಾನು ಎಲ್ಲಿಗೇ ಹೋಗಲಿ ಅಲ್ಲಿನ ಅಧಿಕಾರಿಗಳೆಲ್ಲ ನನ್ನನ್ನು ಸೋತವರ ಪಟ್ಟಿಯಲ್ಲೇ ಕಾಣುತ್ತಿದ್ದರು ಮತ್ತು ಪ್ರತಿದಿನ ಅವರೆಲ್ಲ ಗುಸುಗುಸು ಮಾತಾಡಿಕೊಳ್ಳುವುದೂ, ಸೀಲ್

ಕಾರ್ಯಾಚರಣೆಗಳಿಗೆ ನಾನು ಅರ್ಹನಲ್ಲ ಎಂಬ ಮಾತೂ ಅವ್ಯಾಹತವಾಗಿ ಪಸರಿಸುತ್ತಲೇ ಇದ್ದಿತು.

ಆ ಸಮಯದಲ್ಲಿ ನನ್ನ ಎದುರು ಎರಡು ಆಯ್ಕೆಗಳಿದ್ದವು: ತೊರೆಯುವುದು ಮತ್ತು ನಾಗರಿಕ ಜೀವನಕ್ಕೆ ಮರಳುವುದು. ಇದು ನನ್ನ ಅಂದಿನ ಅರ್ಹತಾ ವರದಿಗೆ ಅನುಗುಣವಾಗಿತ್ತು. ಅಥವಾ ವಾತಾವರಣದಲ್ಲಿ ಸುಂಟರಗಾಳಿ ಎಬ್ಬಿಸಿ ನಾನೊಬ್ಬ ಸಶಕ್ತ ಸೀಲ್ ಆಫೀಸರ್ ಎಂದು ಸಾಧಿಸಿ ತೋರಿಸುವುದು. ನಾನು ಎರಡನೆಯದ್ದನ್ನು ಆರಿಸಿಕೊಂಡೆ.

ನನ್ನನ್ನು ಹೊರಹಾಕಲಾದ ಸಮಯದಲ್ಲೇ ಎರಡನೇ ಅವಕಾಶವೆನ್ನುವಂತೆ ಸೀಲ್ ಪ್ಲಟೂನ್‌ಗಳನ್ನು ಪರದೇಶಗಳಿಗೆ ನಿಯುಕ್ತಿಗೊಳಿಸುವ ಅಧಿಕಾರಿಯನ್ನಾಗಿ ಆರಿಸಲಾಯಿತು. ಇಂತಹ ಪರದೇಶಗಳಿಗೆ ನಿಯುಕ್ತಿಗೊಳಿಸುವ ಹುದ್ದೆ ಸಾಮಾನ್ಯವಾಗಿ ದೂರದ ತಾಣಗಳಲ್ಲಿ ಸ್ಥಾಪಿಸಲಾಗುತ್ತಿದ್ದು, ಪ್ರತ್ಯೇಕಿಸಿ ನಮ್ಮನ್ನು ನಮ್ಮಷ್ಟಕ್ಕೇ ನಿರ್ವಹಿಸಲು ಬಿಡಲಾಗುತ್ತಿತ್ತು. ನಾನು ಈ ಅವಕಾಶವನ್ನು ಸದುಪಯೋಗಗೊಳಿಸಿ, ನನ್ನಿಂದ ನಾಯಕತ್ವ ಸಾಧ್ಯವೆಂದು ತೋರಿಸಲು ಹೆಣಗಿದೆ. ನೀವು ಹನ್ನೆರಡು ಸೀಲ್ಸ್‌ಗಳ ನಿಕಟದಲ್ಲಿರುವಾಗ ನಿಮಗೆ ಏನನ್ನೂ ರಹಸ್ಯವಾಗಿಡಲು ಆಗುವುದಿಲ್ಲ. ಬೆಳಗ್ಗಿನ ವ್ಯಾಯಾಮವನ್ನು ಮಾಡುವಾಗ ಅವರಿಗೆ 100 ಪ್ರತಿಶತ ತಿಳಿದಿರುತ್ತದೆ. ನೀವು ವಿಮಾನದಿಂದ ಹಾರುವಾಗ ಮೊದಲ ಸಾಲಿನಲ್ಲಿದ್ದಿರೋ ಅಥವಾ ಕೊನೆಯಲ್ಲಿದ್ದಿರೋ ಎಂದು ತಿಳಿಯುತ್ತದೆ. ನಿಮ್ಮ ಆಯುಧಗಳನ್ನು ಸ್ವಚ್ಛಗೊಳಿಸುವುದು, ನಿಮ್ಮ ರೇಡಿಯೋವನ್ನು ಪರೀಕ್ಷಿಸುವುದು ಮತ್ತು ಗುಪ್ತವಾರ್ತೆಗಳ ಓದು ಮತ್ತು ನಿಮ್ಮ ಕಾರ್ಯಾಚರಣೆಯ ಕ್ರಮಗಳು ಎಲ್ಲವನ್ನೂ ಅವರು ಪರಿಶೀಲಿಸುತ್ತಿರುತ್ತಾರೆ. ನಾಳೆಯ ತರಬೇತಿಗಾಗಿ ನೀವು ರಾತ್ರಿಯಿಡೀ ಕಾರ್ಯ ನಿರ್ವಹಿಸಿದಿರೋ ಎಂಬುದು ಅವರಿಗೆ ತಿಳಿಯುತ್ತದೆ.

ಪರದೇಶಕ್ಕೆ ಕಳುಹಿಸುವ ಅಧಿಕಾರ ಕೈಗೆ ಬಂದ ಮೇಲೆ ಹಿಂದಿನ ನನ್ನ ಸೋಲುಗಳನ್ನೇ ನನ್ನ ಪ್ರೇರಣೆಯನ್ನಾಗಿಸಿಕೊಂಡು ಪ್ಲಟೂನ್‌ನಲ್ಲಿದ್ದ ಎಲ್ಲರನ್ನೂ ಮೀರಿಸಲು ಶಕ್ತನಾದೆ. ಕೆಲವೊಮ್ಮೆ ನಾನು ಎಲ್ಲರಿಗಿಂತಲೂ ಅತ್ಯುತ್ತಮವಾದುದನ್ನು ನೀಡಲು ಸಾಧ್ಯವಾಗದಿದ್ದರೂ, ನನ್ನ ಕೈಲಾದ ಅತ್ಯುತ್ತಮವನ್ನು ನೀಡಲು ಶಕ್ತನಾದೆ.

ಸಕಾಲದಲ್ಲಿ ನನ್ನ ಜನರಿಂದ ಗೌರವ ಸಂಪಾದಿಸಲು ನನಗೆ ಸಾಧ್ಯವಾಯಿತು. ಕೆಲವು ವರ್ಷಗಳ ಬಳಿಕ ನನ್ನದೇ ಸೀಲ್ ತಂಡವನ್ನು ನಿರ್ದೇಶಿಸಲು ನನ್ನನ್ನು ಆಯ್ಕೆ ಮಾಡಲಾಯಿತು. ತನ್ಮೂಲಕ ನಾನು ಪಶ್ಚಿಮ ಕರಾವಳಿಯ ಸಮಸ್ತ ಸೀಲ್‌ಗಳನ್ನು ನಿರ್ದೇಶಿಸಲು ಸಾಧ್ಯವಾಯಿತು.

2003ರಲ್ಲಿ ನನ್ನನ್ನು ಇರಾಕ್ ಮತ್ತು ಆಫಘಾನಿಸ್ಥಾನದಲ್ಲಿನ ದಂಗೆಗಳನ್ನು ನಿಯಂತ್ರಿಸಲು ಕಳಿಸಲಾಯಿತು. ನಾನು ರಣರಂಗದಲ್ಲಿ ಸೈನ್ಯದ ವನ್-ಸ್ಟಾರ್ ಅಡ್ಮಿರಲ್ ಆಗಿದ್ದರಿಂದ ನಾನು ಕೈಗೊಳ್ಳುವ ಒಂದೊಂದು ನಿರ್ಧಾರಕ್ಕೂ ಅದರದೇ ಆದ ಪರಿಣಾಮಗಳಿರುತ್ತಿದ್ದವು. ಮುಂದಿನ ಹಲವು ವರ್ಷಗಳ ಕಾಲ ನಾನು ಅನೇಕ ಸಾರಿ ಎಡವಿದೆ. ಆದರೆ ಪ್ರತಿಯೊಂದು ಸೋಲಿನಲ್ಲೂ, ಪ್ರತಿಯೊಂದು ತಪ್ಪು ಹೆಜ್ಜೆಯಲ್ಲೂ, ನೂರಾರು ಗೆಲುಗಳಿದ್ದವು: ಯುದ್ಧಕೈದಿಗಳ ರಕ್ಷಣೆ, ಆತ್ಮಹತ್ಯಾ ಬಾಂಬ್‌ಗಳ ತಡೆ, ಕಡಲ್ಗಳ್ಳರ ಸೆರೆ, ಆತಂಕವಾದಿಗಳ ಕೊಲೆ ಮತ್ತು ಅಸಂಖ್ಯಾತ ಜೀವಗಳ ರಕ್ಷಣೆ.

ಹಿಂದಿನ ಸೋಲುಗಳು ನನ್ನನ್ನು ಬಲಿಷ್ಠನನ್ನಾಗಿ ಮಾಡಿದೆ ಎಂದು ನನಗನ್ನಿಸುತ್ತಿತ್ತು ಅಷ್ಟೇ ಅಲ್ಲ ಯಾರೂ ತಪ್ಪು ಮಾಡದವರಿಲ್ಲ ಎಂಬುದನ್ನು ಶ್ರುತಪಡಿಸುತ್ತಿತ್ತು. ನಿಜವಾದ ನಾಯಕ ತನ್ನ ತಪ್ಪುಗಳಿಂದ ಕಲಿಯುವುದು ಬೇಕಾದಷ್ಟಿದೆ. ಆ ಪಾಠಗಳನ್ನೇ ಸ್ವಯಂ ಪ್ರೇರಣೆಗೆ ಬಳಸಿಕೊಳ್ಳಬೇಕು. ಮುಂದಿನ ಯತ್ನಕ್ಕೆ ಹಿಂದೇಟು ಹಾಕಬಾರದು

ಮತ್ತು ಯಾವುದೇ ಕಠಿಣ ನಿರ್ಧಾರಕ್ಕೂ ಹಿಂಜರಿಯಬಾರದು.

ಸರ್ಕಸ್‌ನ್ನು ನೀವು ತಡೆಯಲಾಗುವುದಿಲ್ಲ. ಯಾವುದೇ ಒಂದು ಹಂತದಲ್ಲಿ ನಾವೊಂದು ಪಟ್ಟಿಯನ್ನು ತಯಾರಿಸುವುದಿರುತ್ತದೆ. ಹಾಗಾಗಿ ಸರ್ಕಸ್‌ಗೆ ಯಾವತ್ತೂ ಹೆದರುವ ಅಗತ್ಯವಿಲ್ಲ.

ಅಧ್ಯಾಯ ಆರು

ನೀವು ಮಹಾ ಧೈರ್ಯವಂತರಾಗಬೇಕು

ನೀವು ಜಗತ್ತನ್ನು ಬದಲಿಸಬೇಕೆಂದುಕೊಂಡರೆ...

ಅಡೆತಡೆಗಳನ್ನು ಹತ್ತಿಕ್ಕಿ ಕೆಳಕ್ಕೆ ಜಾರಿಬಿಡಿ.

ಮೂವತ್ತು ಅಡಿ ಎತ್ತರದ ಗೋಪುರದ ಅಂಚಿನಲ್ಲಿ ನಿಂತು ನಾನು ದಪ್ಪವಾದ ನೈಲಾನ್ ಹಗ್ಗವನ್ನು ಎಳೆದೆ. ಹಗ್ಗದ ಒಂದು ಕೊನೆಯನ್ನು ಗೋಪುರಕ್ಕೆ ತುದಿಗೆ ಕಟ್ಟಿದ್ದರೆ ಇನ್ನೊಂದು ಕೊನೆಯನ್ನು ನೂರು ಅಡಿ ದೂರದಲ್ಲಿದ್ದ ಒಂದು ಕಂಬಕ್ಕೆ ಕಟ್ಟಲಾಗಿತ್ತು. ಸೀಲ್‌ನ ತಡೆಯೋಟದಲ್ಲಿ ನಾನು ಅರ್ಧಕ್ಕೆ ತಲುಪಿದ್ದೆ ಮತ್ತು ಅದೊಂದು ದಾಖಲೆಯ ಓಟವಾಗಿತ್ತು. ಮೇಲ್ಗಡೆಯ ರೇಖೆಯ ಮೇಲೆ ನನ್ನ ಕಾಲುಗಳನ್ನು ತೂಗಾಡಿಸುತ್ತ, ಜೀವ ಕೈಲಿ ಹಿಡಿದು, ಪ್ಲ್ಯಾಟ್‌ಫಾರಂನಿಂದ ನೀಗಲು ಪ್ರಾರಂಭಿಸಿದೆ. ಹಗ್ಗದ ಕೆಳಗಡೆ ನನ್ನ ದೇಹ ತೂಗಾಡುತ್ತಿದ್ದು, ಒಂದು ಕಂಬಳಿಹುಳುವಿನ ಹಾಗೆ ಒಂದೊಂದೇ ಅಡಿಯನ್ನು ನಾನು ನಿಧಾನವಾಗಿ ಚಲಿಸಿ ಇನ್ನೊಂದು ತುದಿಯನ್ನು ತಲುಪಲು ಹವಣಿಸಿದೆ.

ಇನ್ನೊಂದು ತುದಿಯನ್ನು ತಲುಪಿದ ಬಳಿಕ ನನ್ನ ಹಿಡಿತವನ್ನು ನಿಧಾನವಾಗಿ ಸಡಿಲಿಸಿ ಕೆಳಗಿನ ಮೃದುವಾದ ಮರಳಿನ ಮೇಲೆ ಬಿದ್ದೆ. ನಂತರ ಇನ್ನೊಂದು ತಡೆಯೋಟಕ್ಕೆ ಸಾಗಿದೆ. ನನ್ನ ಕ್ಲಾಸಿನ ಇತರ ವಿದ್ಯಾರ್ಥಿಗಳು ನನಗೆ ಹುರಿದುಂಬಿಸುತ್ತಿದ್ದರು, ಆದರೆ ಸೀಲ್ ಬೋಧಕರು ನಿಮಿಷಗಳನ್ನು ಕೂಗಿ ಹೇಳುತ್ತಿರುವುದು ಕೇಳಿಸುತ್ತಿತ್ತು. ಜೀವ ಭಯದಿಂದ ನಾನು ಹಲವು ನಿಮಿಷಗಳನ್ನು ನನ್ನ ನಿಧಾನ

ಚಲನೆಯಿಂದ ಕಳಕೊಂಡಿದ್ದೆ. ನನ್ನ 'ಪೊಸ್ಸುಮ್-ಶೈಲಿ'ಯ ತಂತ್ರದಿಂದ ಉದ್ದದ ಹಗ್ಗದ ತುತ್ತತುದಿಗೆ ಎಷ್ಟೇ ಪ್ರಯತ್ನಪಟ್ಟರೂ ಮೊದಲಿಗೆ ತಲುಪಲು ಸಾಧ್ಯವಾಗಲಿಲ್ಲ. ಕಮಾಂಡೋ ಶೈಲಿಯಲ್ಲಾಗಿದ್ದರೆ, ಗೋಪುರದಿಂದ ತಲೆಕೆಳಗಾಗಿ ಸಾಗಿದ್ದರೆ ಎಷ್ಟೋ ವೇಗವಾಗಿ ಚಲಿಸಬಹುದಿತ್ತು. ಆದರೆ ಅದು ಅಪಾಯಕಾರಿಯಾಗಿತ್ತು. ಹಗ್ಗದ ಮೇಲಿನಿಂದ ಚಲಿಸುವುದಕ್ಕಿಂತ ಕೆಳಗಿನಿಂದ ಸಾಗುವುದರಿಂದ ನೀವು ಸ್ಥಿರತೆಯನ್ನು ಕಾಯ್ದುಕೊಳ್ಳಲು ಆಗುತ್ತದೆ. ಎಲ್ಲಾದರೂ ನೀವು ಬಿದ್ದು ಗಾಯಗಳಾದರೂ ಅದು ತೊಳೆದು ಹೋಗುತ್ತಿತ್ತು.

ನಿರಾಶಾದಾಯಕವಾದ ಅವಧಿಯಲ್ಲಿ ನಾನು ಗುರಿಯ ಗೆರೆಯನ್ನು ತಲುಪಿದ್ದೆ. ನಾನು ತಲುಪಿ ನನ್ನ ಉಸಿರನ್ನು ಎಳೆದುಕೊಳ್ಳಲು ಯತ್ನಿಸುತ್ತಿರುವಾಗಲೇ ಓರ್ವ ಹಿರಿಯ ವಿಯಟ್ನಾಮಿ ಅಧಿಕಾರಿ ತನ್ನ ಅತಿಯಾಗಿ ಪಾಲಿಶ್ ಮಾಡಿದ ಬೂಟು ಮತ್ತು ಮಿತಿಮೀರಿ ಸ್ಟಾರ್ಚ್ ಹಾಕಿ ಗರಿಮುರಿಯಾದ ಹಸುರು ಸಮವಸ್ತ್ರದೊಂದಿಗೆ ನನ್ನೆದುರು ಪ್ರತ್ಯಕ್ಷನಾಗಿ, "ಮ್ಯಾಕ್, ನೀನು ಯಾವಾಗ ಕಲಿಯುವುದು?" ಎಂದು ಅವಹೇಳಕಾರಿ ಸ್ಪಷ್ಟ ಧ್ವನಿಯಲ್ಲಿ ಅರಚಿದ. "ನೀವು ಯಾವುದೇ ಅಪಾಯವನ್ನು ಎದುರಿಸಲು ಸಿದ್ಧರಾಗದೇ ಹೋದಲ್ಲಿ ಈ ತಡೆಯೋಟ ನಿಮ್ಮನ್ನು ಪ್ರತಿಸಲ ಕಾಡಲಿದೆ. ಗೊತ್ತಿರಲಿ," ಎಂದ.

ಒಂದು ವಾರ ಕಳೆದ ಬಳಿಕ ನಾನು ನನ್ನ ಹೆದರಿಕೆಯನ್ನು ಬದಿಗೊತ್ತಿ, ಹಗ್ಗದ ಮೇಲಕ್ಕೇರಿದೆ ಮತ್ತು ಜೀವದ ಹಂಗುತೊರೆದು ಕೆಳಮುಖವಾಗಿ ಕೆಳಕ್ಕೆ ಜಾರಿದೆ. ನಾನು ನನ್ನ ವೈಯಕ್ತಿಕ ಅತ್ಯುತ್ತಮ ಮಟ್ಟದಲ್ಲಿ ಗುರಿಯನ್ನು ತಲುಪಿದಾಗ ವಿಯಟ್ನಾಮಿ ಸೀಲ್ ತನ್ನ ಸಮ್ಮತಿಯನ್ನು ವ್ಯಕ್ತಪಡಿಸುತ್ತ ತಲೆಯಾಡಿಸಿದ.

ಒಂದು ಕೆಲಸವನ್ನು ನಿರ್ವಹಿಸುವ ಸಮಯ, ನಿಮ್ಮ ಆತಂಕ ಮತ್ತು ನಿಮ್ಮ ಸಾಮರ್ಥ್ಯದ ಮೇಲಿನ ಭರವಸೆಗೆ ಅದೊಂದು ಸರಳ

ಪಾಠವಾಗಿ ಪರಿಣಮಿಸಿತು. ಅದೇ ಪಾಠ ನನಗೆ ನನ್ನ ವೃತ್ತಿ ಜೀವನದ ಉದ್ದಕ್ಕೂ ಸಾಗಿ ಬಂತು.

2004ರಲ್ಲಿ ಇರಾಕ್‌ನಲ್ಲಿದ್ದ ಸಮಯ. ರೇಡಿಯೋದ ಇನ್ನೊಂದು ತುದಿಯಲ್ಲಿನ ಧ್ವನಿ ಶಾಂತವಾಗಿದ್ದರೂ ಸ್ಪಷ್ಟವಾದ ತುರ್ತಿನ ಸಂದೇಶವನ್ನು ನೀಡುತ್ತಿತ್ತು. ನಾವು ಹುಡುಕುತ್ತಿದ್ದ ಮೂವರು ಯುದ್ಧಕೈದಿಗಳು ಪತ್ತೆಯಾಗಿದ್ದರು. ಬಾಗ್ದಾದ್‌ನ ಹೊರವಲಯದ ಗೋಡೆಗಳಿಂದ ಸುತ್ತುವರಿದ ಜಾಗದಲ್ಲಿ ಆಲ್‌ಕೈದಾ ಆತಂಕವಾದಿಗಳು ಅವರನ್ನು ಬಂಧಿಸಿಟ್ಟಿದ್ದರು. ದೌರ್ಭಾಗ್ಯದಿಂದ, ಗೂಢಾಚಾರಿಕೆಯವರು ಆತಂಕವಾದಿಗಳು ಅವರನ್ನು ಬೇರೆಡೆಗೆ ಸಾಗಿಸುವ ಸನ್ನಾಹದಲ್ಲಿದ್ದಾರೆ ಎಂದು ಸಂದೇಶ ನೀಡಿದ್ದರಿಂದ ನಾವು ತ್ವರಿತ ಕಾರ್ಯಾಚರಣೆ ಕೈಗೊಳ್ಳಬೇಕಿತ್ತು. ರಕ್ಷಣಾ ಕಾರ್ಯಾಚರಣೆಯ ಉಸ್ತುವಾರಿ ವಹಿಸಿದ್ದ ಸೇನಾ ಲೆಫ್ಟಿನೆಂಟ್ ಕರ್ನಲ್, ನಾವು ಹಗಲಿನಲ್ಲೇ ಈ ಅಪಾಯಕಾರೀ ದಾಳಿಯನ್ನು ನಡೆಸಬೇಕೆಂದು ಹೇಳಿದರು. ಪರಿಸ್ಥಿತಿ ಇನ್ನಷ್ಟು ಹದಗೆಡುವ ಹಾಗೆ ಹಾಡುಹಗಲೇ ಆಕ್ರಮಣ ಮಾಡುವುದಕ್ಕಾಗಿ ಮೂರು ಬ್ಲ್ಯಾಕ್ ಹಾಕ್ ಹೆಲಿಕಾಪ್ಟರ್‌ಗಳನ್ನು ಆ ಪುಟ್ಟ ಗೋಡೆಗಳ ಆವರಣದೊಳಗೆ ಇಳಿಸಬೇಕಾಗಿತ್ತು. ನಾವು ಇತರ ವಿಧಾನಗಳ ಮೂಲಕ ಸಮಸ್ಯೆಯನ್ನು ಬಗೆಹರಿಸಬೇಕೆಂದಿದ್ದರೆ, ಕರ್ನಲ್‌ರ ತೀರ್ಮಾನವೇ ಸರಿಯಾಗಿತ್ತು ಎಂದು ತಿಳಿಯಲಾಯಿತು. ಯಾವುದೇ ಕಾರ್ಯಾಚರಣೆಯನ್ನು ರಾತ್ರಿಯ ಹೊತ್ತು ನಡೆಸುವುದು ಹೆಚ್ಚು ಕ್ಷೇಮ, ಯಾಕೆಂದರೆ ನೀವು ಆಶ್ಚರ್ಯಕರ ರೀತಿಯಲ್ಲಿ ಸದೆಬಡಿಯಬಹುದು, ಆದರೆ ಇದೀಗ ನಾವು ತಕ್ಷಣ ಕಾರ್ಯಾಚರಣೆ ನಡೆಸದಿದ್ದರೆ ಯುದ್ಧಕೈದಿಗಳನ್ನು ಬೇರೆಡೆಗೆ

ಸಾಗಿಸಿ ಅವರನ್ನು ಕೊಂದುಹಾಕುವ ಸಾಧ್ಯತೆಗಳಿದ್ದವು.

ನಾನು ಕಾರ್ಯಾಚರಣೆಯನ್ನು ಅಂಗೀಕರಿಸಿದೆ ಮತ್ತು ಮೂರು ಬ್ಲ್ಯಾಕ್ ಹಾಕ್ ಹೆಲಿಕಾಪ್ಟರ್‌ಗಳನ್ನು ಹತ್ತಿದ್ದಾಯಿತು ಮತ್ತು ಆ ಪುಟ್ಟ ಗೋಡೆಗಳ ಆವರಣದ ಕಡೆಗೆ ಸಾಗಿಸಿದ್ದಾಯಿತು. ಮೂರು ಹೆಲಿಕಾಪ್ಟರ್‌ಗಳ ಮೇಲೆ ಅತೀ ಎತ್ತರದಲ್ಲಿ ಇನ್ನೊಂದು ಹೆಲಿಕಾಪ್ಟರ್ ಕೆಳಗಿನ ಕಾರ್ಯಾಚರಣೆಯನ್ನು ಚಿತ್ರೀಕರಿಸಿ ನಮ್ಮ ಹೆಡ್‌ಕ್ವಾರ್ಟರ್ಸ್‌ಗೆ ವರದಿಯನ್ನು ಒಪ್ಪಿಸುವಂತಿತ್ತು. ಮೂರು ಹೆಲಿಕಾಪ್ಟರ್‌ಗಳು ಮರುಭೂಮಿಯ ಮೇಲೆ ಹಾರುತ್ತ ಸಾಗಿದಾಗ ನಾನು ಮೌನವಾಗಿ ವೀಕ್ಷಿಸುತ್ತಿದ್ದೆ. ಅವು ತಮ್ಮ ಇರುವಿಕೆಯನ್ನು ಗೊತ್ತಾಗದ ಹಾಗೆ ಕೆಲಕಾಲ ಹಾರಾಡುತ್ತಲೇ ಇದ್ದವು.

ಆವರಣದ ಒಳಗಡೆ ಒಬ್ಬ ವ್ಯಕ್ತಿ ಒಂದು ಸ್ವಯಂಚಾಲಿತ ಗನ್ ಹಿಡಿದುಕೊಂಡು ಕಟ್ಟಡದ ಒಳಗೆ ಹೊರಗೆ ನಡೆಯುತ್ತ ಸಾಗಿದ್ದ, ಮತ್ತು ಇದೀಗ ಅಲ್ಲಿಂದ ತೆರಳಲು ತಯಾರಿ ನಡೆಸಿದ್ದ. ಹೆಲಿಗಳು ಐದು ನಿಮಿಷಗಳ ಕಾಲ ಅಲ್ಲೇ ಹಾರಾಡುತ್ತ ಇದ್ದವು. ಹೆಡ್‌ಕ್ವಾಟರ್ಸ್‌ನಲ್ಲಿ ಕುಳಿತು ಆಂತರಿಕ ಸಂದೇಶಗಳನ್ನು ಆಲಿಸುತ್ತಿದ್ದ ನಾನು ರಕ್ಷಣಾ ತಂಡ ಕೊನೆಗೆ ಆಕ್ರಮಣಕ್ಕೆ ಸಜ್ಜಾದವು. ಇದು ನಾನು ನಡೆಸಿದ ಮೊದಲ ರಕ್ಷಣಾ ಕಾರ್ಯಾಚರಣೆಯಾಗಿರಲಿಲ್ಲ ಅಥವಾ ಕೊನೆಯದ್ದೂ ಆಗಿರಲಿಲ್ಲ,

ಆದರೆ ಇದೊಂದು ಸ್ಪಷ್ಟವಾದ ಅತ್ಯಂತ ಆಕ್ರಮಣಶೀಲ ಕಾರ್ಯಾಚರಣೆಯಾಗಿತ್ತು. ಆವರಣದೊಳಗೆ ಇಳಿದು ಅಚ್ಚರಿ ಹುಟ್ಟಿಸುವುದು ಸಣ್ಣ ಮಾತಾಗಿರಲಿಲ್ಲ. ನಮ್ಮ ಸೇನಾ ವೈಮಾನಿಕ ಘಟಕದ ಪೈಲೆಟ್‌ಗಳು ಜಗತ್ತಿನಲ್ಲೇ ಅತ್ಯಂತ ಚತುರರೆಂದು ಪರಿಗಣಿಸಲಾಗಿದ್ದು, ಇದು ಎಲ್ಲಕ್ಕೂ ಮಿಗಿಲಾದ ಅಪಾಯಕಾರೀ ಕಾರ್ಯಾಚರಣೆಯಾಗಿತ್ತು ಎನ್ನಬಹುದು. ಅರುವತ್ತು ಅಡಿಗಳಷ್ಟು ಉದ್ದವಾದ ಬ್ಲೇಡ್‌ಗಳನ್ನು ಹೊಂದಿದ್ದ ಹೆಲಿಕಾಪ್ಟರ್‌ಗಳನ್ನು ಕೆಲವೇ

ಇಂಚುಗಳ ಅಂತರದಲ್ಲಿ ನೆಲಕ್ಕೆ ಇಳಿಸುವುದು ಸುಲಭದ ಕೆಲಸವಾಗಿರಲಿಲ್ಲ. ಅಷ್ಟೇ ಅಲ್ಲದೆ ಎಂಟು ಅಡಿಗಳಷ್ಟು ಎತ್ತರವಾಗಿದ್ದ ಆವರಣದ ಇಟ್ಟಿಗೆಯ ಗೋಡೆಗಳ ತಡೆ ಪೈಲಟ್‌ಗಳಿಗೆ ಚಮತ್ಕಾರಿಕವಾದ ಕೋನದಲ್ಲಿ ಇಳಿಸುವುದು ಸವಾಲಾಗಿ ಪರಿಣಮಿಸಿತ್ತು.

ಮೇಲಿನ ವೀಕ್ಷಣಾ ತಾಣದಿಂದ ಅಂತಿಮವಾಗಿ ಹೆಲಿಕಾಪ್ಟರ್‌ಗಳು ನೆಲಸ್ಪರ್ಶಿಸುವುದನ್ನು ಕಂಡೆ. ಮೊದಲ ಹೆಲಿಕಾಪ್ಟರ್ ನೆಲ ಸಮಾನಾಂತರವಾಗಿ ಹಾರಿದ್ದು ಗೋಡೆಯನ್ನು ದಾಟಿ ಚಿಕ್ಕ ಆವರಣದೊಳಗೆ ತಂಗಿತು. ರಕ್ಷಣದಳ ಕೂಡಲೇ ಹೊರಬಂದು ಕಟ್ಟಡದೊಳಗೆ ಹೊಕ್ಕಿತು. ಎರಡನೇ ಹೆಲಿ ಮೊದಲಿನ ಹೆಲಿಯ ಬಾಲಂಗೋಚಿಯಾಗಿ ಕೆಲವೇ ಅಡಿಗಳ ಅಂತರದಲ್ಲಿ ನೆಲಕ್ಕೆ ಇಳಿಯಿತು. ನೆಲದಿಂದ ಎದ್ದ ಧೂಳು ತಂಗುದಾಣದಲ್ಲಿ ದಟ್ಟ ಮೋಡವನ್ನೇ ಹರಡುವಂತೆ ಮಾಡಿತು. ಮೂರನೇ ಹೆಲಿಕಾಪ್ಟರ್ ಆಗಮಿಸಿದಾಗ ಅದೊಂದು ದೊಡ್ಡ ಧೂಳಿನ ಹೊಗೆಯ ಚೆಂಡು ಪೈಲೆಟ್‌ನ್ನು ಕುರುಡಾಗಿಸಿತು. ಹೆಲಿಯ ಮುಂಭಾಗ ಎಂಟು ಅಡಿ ಎತ್ತರದ ಗೋಡೆಗೆ ತಗುಲಿಕೊಂಡೇ ಹೋದಾಗ ಪೈಲೆಟ್ ಅದನ್ನು ತಕ್ಷಣ ಲ್ಯಾಂಡ್ ಮಾಡಿದ. ಆದರೆ ಒಳಗಡೆ ಎಲ್ಲರೂ ಸುರಕ್ಷಿತವಾಗಿಯೇ ಇದ್ದರು.

ಕ್ಷಣಗಳ ಬಳಿಕ, ಎಲ್ಲಾ ಯುದ್ಧಕೈದಿಗಳು ಸುರಕ್ಷಿತವಾಗಿದ್ದಾರೆ ಎಂಬ ವರದಿ ನನಗೆ ತಲುಪಿತು. ಮೂವತ್ತು ನಿಮಿಷಗಳ ಒಳಗೆ ಮುಕ್ತರಾದ ಸೈನಿಕರು ಮತ್ತು ರಕ್ಷಣಾ ಪಡೆ ಸುರಕ್ಷಿತವಾಗಿ ಹಿಂದಿರುಗಿದರು. ನಮ್ಮ ಜೂಜು ಸಾಕಷ್ಟು ನಮಗೆ ಲಾಭವನ್ನಿತ್ತಿದ್ದವು.

ಮುಂದಿನ ದಶಕದೊಳಗೆ ಅಪಾಯವನ್ನು ಮೈಮೇಲೆ ಎಳೆದುಹಾಕಿಕೊಳ್ಳುವುದು ವಿಶೇಷ ಆಪರೇಶನ್ ಪಡೆಯ ವೈಶಿಷ್ಟ್ಯವೆನಿಸಿತು. ಅವರು ಯಾವತ್ತೂ ತಮ್ಮ ಸೀಮೆಗಳನ್ನು ವಿಸ್ತರಿಸುತ್ತಲೇ ಇರುತ್ತಾರೆ ಮತ್ತು ಅವರ ಮೆಶಿನ್‌ಗಳು ಯಶಸ್ಸಿನತ್ತ

ಅವರನ್ನು ಒಯ್ಯುತ್ತವೆ. ಇಂತಹ ಹಲವು ವಿಶೇಷವಾಗಿ ಅವರನ್ನು ಇತರರಿಂದ ಪ್ರತ್ಯೇಕಿಸುತ್ತದೆ. ಹೊರಗಿನವರ ನೋಟಕ್ಕೆ ವ್ಯತಿರಿಕ್ತವಾಗಿ, ಅಪಾಯವನ್ನು ಯಾವಾಗಲೂ ಮೊದಲೇ ಲೆಕ್ಕಹಾಕಲಾಗಿರುತ್ತದೆ ಮತ್ತು ಸೂಕ್ತವಾಗಿ ಯೋಜಿಸಲಾಗಿರುತ್ತದೆ. ಹೆಚ್ಚಿನ ಸಂದರ್ಭಗಳಲ್ಲಿ ಅದು ಸ್ವಯಂಚಾಲಿತವಾಗಿದ್ದರೂ, ಅದರ ಚಾಲಕರಿಗೆ ತಮ್ಮ ಮಿತಿಗಳ ಜ್ಞಾನ ಇದ್ದಿರುತ್ತದೆ ಮಾತ್ರವಲ್ಲ ಅವರು ತಾವು ತಮ್ಮಲ್ಲೇ ಭರವಸೆಯನ್ನು ಹೊಂದಿದವರಾಗಿರುತ್ತಿದ್ದರು.

ನನ್ನ ವೃತ್ತಿಜೀವನದಾದ್ಯಂತ ನನಗೆ ಬ್ರಿಟಿಷ್ ವಿಶೇಷ ಏರ್‌ವೇಸ್ ಬಗ್ಗೆ ಬಹಳಷ್ಟು ಗೌರವವಿದೆ. ಅದು ಎಸ್‌ಎಎಸ್ (SAS) ಎಂದೇ ಪ್ರಸಿದ್ಧ. ಎಸ್‌ಎಎಸ್‌ನ ಧ್ಯೇಯವೇ "ಯಾರು ಧೈರ್ಯದಿಂದ ಮುನ್ನುಗ್ಗುತ್ತಾರೋ ಅವರೇ ಗೆಲ್ಲುತ್ತಾರೆ." ಈ ಧ್ಯೇಯವಾಕ್ಯ ಎಷ್ಟೊಂದು ವ್ಯಾಪಕವಾಗಿ ಪ್ರಶಂಸಿಸಲ್ಪಡುತ್ತದೆ ಎಂದರೆ, ಬಿನ್ ಲ್ಯಾಡನ್‌ನ ದಾಳಿಗೆ ಮುಂಚೆ ನನ್ನ ಕಮಾಂಡ್ ಸಾರ್ಜೆಂಟ್ ಮೇಜರ್, ಕ್ರಿಸ್ ಫೇರಿಸ್, ಇದನ್ನೇ ಸೀಲ್‌ನ ಕಾರ್ಯಕರ್ತರಿಗೆ ಕಾರ್ಯಾಚರಣೆಗೆ ಸಿದ್ಧತೆ ನಡೆಸುವ ಮುನ್ನ ಹೇಳಿದ್ದು. ನನಗೆ ಧ್ಯೇಯಕ್ಕಿಂತ ಹೇಗೆ ಬ್ರಿಟಿಷ್ ವಿಶೇಷ ಪಡೆ ಕಾರ್ಯಾಚರಿಸಿತು ಎಂಬುದು ಮುಖ್ಯವೆನಿಸಿತು. ಅದು ನಾವು ಹೇಗೆ ನಮ್ಮ ಜೀವನದ ಹಂಗು ತೊರೆದು ಹೋರಾಡುತ್ತೇವೆ ಎನ್ನುವುದರ ಮೇಲಿದೆ.

ಬದುಕು ಒಂದು ಹೋರಾಟವೇ ಮತ್ತು ಸೋಲಿಗಿರುವ ಶಕ್ತಿ ಎಂದಿಗೂ ಇದ್ದೇ ಇರುತ್ತದೆ. ಆದರೆ ಯಾರು ಹೆದರಿಕೆಯಿಂದ ಬದುಕುತ್ತಾರೋ, ಕಷ್ಟಗಳನ್ನು ಎದುರಿಸುವುದಿಲ್ಲವೋ ಅವರು ತಮ್ಮ ಬದುಕಿನಲ್ಲಿ ತಮ್ಮ ಸಾಮರ್ಥ್ಯಕ್ಕೆ ಅನುಗುಣವಾಗಿ ಏನನ್ನೂ ಸಾಧಿಸುವುದಿಲ್ಲ. ತಮ್ಮ ಮಿತಿಗಳನ್ನು ಕೊಂಚ ವಿಸ್ತರಿಸದೆ, ಹಗ್ಗದ

ಮೇಲೆ ಎದೆಗಾರಿಕೆಯಿಂದ ಜಾರಲು ಭಯಪಡುತ್ತಾರೋ, ಅಂಥವರು ತಮ್ಮ ಶಕ್ತಿಸಾಮರ್ಥ್ಯವನ್ನು ಎಂದಿಗೂ ತಿಳಿಯಲು ಶಕ್ತರಾಗುವುದಿಲ್ಲ.

ಅಧ್ಯಾಯ ಏಳು

ಬೆದರಿಕೆಗಳಿಗೆ ಸೆಡ್ಡುಹೊಡೆಯಿರಿ

ನೀವು ಜಗತ್ತನ್ನು ಬದಲಿಸಬೇಕೆಂದುಕೊಂಡರೆ...

ಶಾರ್ಕ್‌ಗಳಿಗೆ ಹೆದರಿ ತಲೆಬಾಗಿಸದಿರಿ.

ಸ್ಯಾನ್ ಕ್ಲೆಮೆಂಟೋ ದ್ವೀಪದ ಸಮುದ್ರದ ತೆರೆಗಳು ಕತ್ತರಿಸುವಂತೆ ಶೀತವಾಗಿದ್ದಾಗಲೇ ನಾವು ರಾತ್ರಿ ಪಾಳಿಯ ನಮ್ಮ ನಾಲ್ಕು ಮೈಲಿಯ ಈಜನ್ನು ಶುರು ಮಾಡಿದ್ದು. ಎನ್‌ಸೈನ್ ಮಾರ್ಕ್ ಥಾಮಸ್ ನನ್ನ ಪಕ್ಕಕ್ಕೆ ನಿಲ್ಲುವ ಸಂಗಡಿಗನಾಗಿದ್ದ. ಒಂದು ದೊಗಲೆ–ಫಿಟ್ಟಿಂಗ್‌ನ ಸ್ಯೂಟ್ ಟಾಪ್, ಒಂದು ಮಾಸ್ಕ್, ಒಂದು ಜೊತೆ ಫಿನ್ಸ್‌ಗಳೊಂದಿಗೆ ನಾವು ಚಿಕ್ಕ ಪರ್ಯಾಯ ದ್ವೀಪದ ಸುತ್ತ ವಿರುದ್ಧವಾಗಿ ಸೆಳೆತವಿರುವ ನೀರಿನಲ್ಲಿ ಈಜಲು ತೊಡಗಿದೆವು. ನಾವು ತೆರೆದ ಸಾಗರದ ಕಡೆಗೆ ಸಾಗುತ್ತಿದ್ದ ಹಾಗೆ ನಾವೆಲ್ಲಿಂದ ಹೊರಟಿದ್ದೆವೋ ಆ ನೇವಲ್ ಬೇಸ್‌ನ ಬೆಳಕು ಮಸುಕಾಗಲು ತೊಡಗಿದವು. ಒಂದು ತಾಸಿನ ಒಳಗೆ ನಾವು ಕಿನಾರೆಯಿಂದ ಒಂದು ಮೈಲಿ ದೂರವನ್ನು ಕ್ರಮಿಸಿದ್ದೆವು. ಪ್ರಾಯಶಃ ನಾವಿಬ್ಬರೇ ನೀರಿನಲ್ಲಿ ಇದ್ದಂತೆ ತೋರಿತು. ಇತರ ಈಜುಗಾರರು ಸುತ್ತಮುತ್ತ ಇದ್ದಿದ್ದರೂ ಕತ್ತಲು ಅವರನ್ನು ಆವರಿಸಿದ್ದಿರಬಹುದು.

ನನ್ನ ಮಾಸ್ಕ್‌ನ ಗ್ಲಾಸಿನೊಳಗಿನಿಂದ ನನಗೆ ಮಾರ್ಕ್‌ನ ಕಣ್ಣುಗಳು ಕಾಣಿಸುತ್ತಿದ್ದವು. ಆತನ ಪ್ರತಿಕ್ರಿಯೆ ನನ್ನಲ್ಲೂ ಆತಂಕಕ್ಕೆ ಎಡೆಮಾಡಿತ್ತು. ಸ್ಯಾನ್ ಕ್ಲೆಮೆಂಟ್‌ನ ಸಾಗರದಲ್ಲಿ ಶಾರ್ಕ್‌ಗಳಿವೆ ಎಂದು ನಮಗಿಬ್ಬರಿಗೂ ತಿಳಿದಿತ್ತು. ಅದು ಯಾವುದೇ ಶಾರ್ಕ್ ಅಲ್ಲ, ಮಹತ್ವದ ಶ್ವೇತ ವರ್ಣದ ಶಾರ್ಕ್‌ಗಳಾಗಿದ್ದವು. ಅವು ಬೃಹತ್ ಆಕಾರವನ್ನು ಹೊಂದಿದ್ದು, ಬಹಳಷ್ಟು ಆಕ್ರಮಣಕಾರಿಗಳು ಮಾತ್ರವಲ್ಲ ಮನುಷ್ಯರನ್ನು ತಿಂದುಹಾಕುತ್ತಿದ್ದವು.

ಆ ರಾತ್ರಿ ನಾವು ಈಜಿಗೆ ಇಳಿಯುವ ಮುನ್ನ ಸೀಲ್ ಬೋಧಕರು ನಮಗೆ, ನಾವು ಎದುರಿಸಬಹುದಾದ ಅನೇಕ ಬೆದರಿಕೆಯ ವಿಷಯಗಳನ್ನು ಹೇಳಿದ್ದರು. ಅವುಗಳಲ್ಲಿ ಲೆಪಾರ್ಡ್ ಶಾರ್ಕ್‌ಗಳು, ಮ್ಯಾಕೋ ಶಾರ್ಕ್‌ಗಳು ಮುಂತಾದವುಗಳ ವಿವರಣೆ ನೀಡಿದ್ದರು. ಆದರೆ ನಾವು ಬಹುವಾಗಿ ಹೆದರಿದ್ದು ಮಹಾನ್ ಶ್ವೇತ ಶಾರ್ಕ್‌ಗಳ ಬಗ್ಗೆ.

ಸಾಗರದ ಮಧ್ಯದಲ್ಲಿ ಏಕಾಂಗಿಯಾಗಿ ಅನುಭವಿಸುವ ಭಯದಲ್ಲಿ ಅಂಥದ್ದೊಂದು ಪ್ರಾಗೈತಿಹಾಸಿಕ ಕಾಲದ ಶ್ವೇತ ಶಾರ್ಕ್ ನಮ್ಮ ಅರ್ಧ ದೇಹವನ್ನು ತಿಂದುಹಾಕಬಹುದು ಎನ್ನುವುದೂ ಸೇರಿತ್ತು.

ನಾವು ಸೀಲ್‌ಗಳಾಗಬೇಕೆನ್ನುವ ಉತ್ಕಟ ವಿಚಾರದ ಮುಂದೆ ಇವೆಲ್ಲ ನಮಗೆ ಕ್ಷುಲ್ಲಕವಾಗಿದ್ದವು. ಶಾರ್ಕ್ ಜೊತೆಗೆ ನಾವು ಹೋರಾಡುವ ಪ್ರಸಂಗ ಎದುರಾದರೂ ನಾವಿಬ್ಬರು ಅದಕ್ಕೂ ಸೈ ಎಂದು ಈಜಿದ್ದೆವು. ನಮ್ಮ ಗುರಿ ಗೌರವಪೂರ್ಣ ಮತ್ತು ಉದಾತ್ತವಾಗಿರುವ ಪ್ರಯುಕ್ತ ಅದೇ ನಮಗೆ ಧೈರ್ಯವನ್ನು ನೀಡಿತ್ತು. ಧೈರ್ಯಕ್ಕಿಂತ ಮಿಗಿಲಾದ ಗುಣ ಇನ್ನೊಂದಿಲ್ಲ. ಧೈರ್ಯವೊಂದಿದ್ದರೆ ಯಾರೂ ನಿಮ್ಮನ್ನು ತಡೆಗಟ್ಟಲು ಸಾಧ್ಯವಿಲ್ಲ. ಅದಿಲ್ಲದೆ ಹೋದರೆ, ಇತರರು ನಿಮ್ಮ ಮುಂದಿನ ಹಾದಿಯನ್ನು ನಿರ್ವಚಿಸಬಹುದು. ಅದಿಲ್ಲದೆ ಜೀವಭಯದ ದಯೆಯಲ್ಲಿ ನೀವು ಜೀವಿಸುವಂತಾಗುತ್ತದೆ. ಅದಿಲ್ಲದೆ, ಜನರನ್ನು ದೇಶದ್ರೋಹಿಗಳು ಮತ್ತು ನಿರಂಕುಶಾಧಿಕಾರಿಗಳು ಆಳಬಹುದು.

ಅದಿಲ್ಲದೆ, ಯಾವುದೇ ಮಹತ್ವದ ಸಮಾಜ ಬೆಳೆಯಲಾರದು. ಧೈರ್ಯವಿಲ್ಲದೆ, ಜಗತ್ತಿನ ಪುಂಡರು ತಲೆಯೆತ್ತಿ ಮೆರೆದಾಡುವರು. ಅದಿದ್ದರೆ ನೀವು ಯಾವುದೇ ಗುರಿಯನ್ನು ತಲುಪಬಹುದು. ಅದಿದ್ದರೆ ನೀವು ದುಷ್ಟತನವನ್ನು ಹತ್ತಿಕ್ಕಬಹುದು.

ಸದ್ದಾಂ ಹುಸೇನ್ ಇರಾಕ್‌ನ ಪೂರ್ವ ಅಧ್ಯಕ್ಷ ಒಂದು ಸೇನಾ ಮಂಚದ ತುದಿಯಲ್ಲಿ ಕಿತ್ತಳೆ ಬಣ್ಣದ ಜಂಪ್‌ಸೂಟ್‌ನ್ನು ತೊಟ್ಟು ಕುಳಿತ್ತಿದ್ದ. ಇಪ್ಪತ್ತನಾಲ್ಕು ತಾಸುಗಳ ಹಿಂದೆ ಯು.ಎಸ್. ಸೇನೆ ಆಕ್ರಮಣ ಮಾಡಿದ್ದರಿಂದ ಆತ ಯು.ಎಸ್.ನ ಕೈದಿಯಾಗಿದ್ದ.

ಇರಾಕಿ ಆಡಳಿತಾತ್ಮಕ ನಾಯಕರು ಒಳಗೆ ಹೋಗಲು ನಾನು ಬಾಗಿಲನ್ನು ತೆರೆದು ಕೊಟ್ಟಾಗ, ಸದ್ದಾಂ ಕುಳಿತಲ್ಲೇ ಇದ್ದ. ಒಂದು ಕಿಂಚಿಂತ್ ಹುಸಿನಗು ಆತನ ಮುಖದ ಮೇಲೆ ಇತ್ತೇ ವಿನಾ ಯಾವುದೇ ಪಶ್ಚಾತ್ತಾಪವಾಗಲೀ ಶರಣಾಗತಿಯ ಚಿಹ್ನೆಯಾಗಲೀ ಆತನಲ್ಲಿ ಕಂಡು ಬರಲಿಲ್ಲ. ಕೂಡಲೇ ನಾಲ್ಕು ಮಂದಿ ಇರಾಕಿ ನಾಯಕರು ಸದ್ದಾಂ ಪರವಾಗಿ ಘೋಷಣೆ ಕೂಗಿದರು, ತುಸು ದೂರದಲ್ಲಿ ಸುರಕ್ಷಿತ ಜಾಗದಲ್ಲಿ ನಿಂತು. ಅವರನ್ನು ತಾತ್ಸಾರದಿಂದ ಕಂಡ ಸದ್ದಾಂ, ಒಂದು ಮರಣಭಯದ ನಗುವನ್ನು ತೋರಿ ಕುಳಿತುಕೊಳ್ಳಲು ಸಂಜ್ಞೆ ಮಾಡಿದ. ಹಿಂದಿನ ಸರ್ವಾಧಿಕಾರಿಯ ಬಗೆಗೆ ಇನ್ನೂ ಭಯವನ್ನು ಹೊಂದಿದ್ದ ಅವರು ಎಲ್ಲರೂ ಒಂದೊಂದು ಮಡಚುವ ಕುರ್ಚಿಗಳನ್ನು ಎತ್ತಿಕೊಂಡು ಕುಳಿತರು. ಕೂಗು ಮತ್ತು ಕೈತೋರಿಸುವ ಕ್ರಿಯೆಗಳೆಲ್ಲ ಸರ್ವಾಧಿಕಾರಿ ಮಾತನಾಡಲು ತೊಡಗಿದಾಗ ಸ್ತಬ್ಧವಾದವು.

ಸದ್ದಾಂ ಹುಸೇನ್‌ನ ಕೈಕೆಳಗಿನ ಬಾತ್ ಪಾರ್ಟಿ ಸಾವಿರಾರು ಶಿಯಾ ಇರಾಕಿಗಳ ಮತ್ತು ಕೋಟ್ಯಾಂತರ ಕುರ್ದ್ಸ್‌ಗಳ ಹತ್ಯೆಗೆ ಕಾರಣವಾಗಿತ್ತು. ಸದ್ದಾಂ ಸ್ವತಃ ತನ್ನ ನೇರ ಹಿಡಿತದಲ್ಲಿದ್ದ, ತನಗೆ ನಿಷ್ಠೆಯನ್ನು ತೋರದಿದ್ದಾಗ ಅನೇಕ ಜನರಲ್‌ಗಳನ್ನು ವೈಯಕ್ತಿಕ ನೆಲೆಯಲ್ಲಿ ಮುಗಿಸಿದ್ದ.

ರೂಮಿನಲ್ಲಿದ್ದ ಇತರ ಜನರಿಗೆ ಸದ್ದಾಂ ಬೆದರಿಕೆಯೊಡ್ಡಲಾರನೆಂಬ ಭರವಸೆ ನನಗಿದ್ದರೂ, ಆ ಇರಾಕಿ ನಾಯಕರಿಗೆ ನಿಶ್ಚಿತವಿರಲಿಲ್ಲ. ಅವರ ಕಣ್ಣುಗಳಲ್ಲಿ ಭಯ ಓಲಾಡುತ್ತಿತ್ತು. ಬಾಗ್ದಾದ್‌ನ ಈ ಕೊಲೆಗಡುಕ

ಮನುಷ್ಯ ದಶಕಗಳ ಕಾಲ ಪೂರ್ತಿ ದೇಶದೊಳಗೆ ಆತಂಕವನ್ನು ಹುಟ್ಟುಹಾಕಿದ್ದ. ಆತನ ಭಂಗಿಗೆ ಒಗ್ಗಿದ ನೀಚ ಅನುಯಾಯಿಗಳಿದ್ದರು. ಆತನ ಕೊಲೆಗಡುಗ ಪ್ರವೃತ್ತಿ ಅಮಾಯಕ ಜನರನ್ನು ಆಹುತಿ ತೆಗೆದುಕೊಳ್ಳುತ್ತಿತ್ತು. ಅಷ್ಟೇ ಅಲ್ಲ, ಸಾವಿರಾರು ಜನರು ದೇಶವನ್ನು ಬಿಟ್ಟು ಪಲಾಯನ ತೆಗೆದರು. ಈ ದೇಶದ್ರೋಹಿಯನ್ನು ಎದುರಿಸುವ ತಾಕತ್ತು ಯಾರಿಗೂ ಇದ್ದಿರಲಿಲ್ಲ. ಸೆರೆಮನೆಯ ಸರಳುಗಳ ಹಿಂದಿದ್ದರೂ ಈ ಕೊಲೆಗಡುಕ ಏನಾದರೂ ಮಾಡಿಬಿಡುವ ಎಂಬ ಹೆದರಿಕೆ ಈಗ ರೂಮಿಗೆ ಬಂದ ನಾಯಕರಲ್ಲೂ ಇದ್ದಂತಿತ್ತು.

ಸದ್ದಾಂನನ್ನು ಅಲ್ಲಿ ಕಾಣಲು ಬಂದ ಉದ್ದೇಶ, ಆತ ಇನ್ನು ಮೇಲೆ ಅಧಿಕಾರದಲ್ಲಿ ಇಲ್ಲ ಎನ್ನುವುದನ್ನು ತೋರ್ಪಡಿಸುವುದಕ್ಕಾಗಿತ್ತು– ಅದು ಇದೀಗ ಸೋಲನ್ನುಂಡಿತು. ಆ ಚಿಕ್ಕ ಅವಧಿಯಲ್ಲಿ ಸದ್ದಾಂ ಹೊಸ ಆಡಳಿತದ ನಾಯಕತ್ವಕ್ಕೆ ಬೆದರಿಕೆ ಒಡ್ಡಿದಂತಾಗಿತ್ತು. ಆತ ಹಿಂದೆಂದಿಗಿಂತಲೂ ಈಗ ಹೆಚ್ಚು ಭರವಸೆಯನ್ನು ಹೊಂದಿದವನಾಗಿದ್ದ.

ಇರಾಕಿ ನಾಯಕರು ಅಲ್ಲಿಂದ ತೆರಳಿದಾಗ, ನಾನು ನನ್ನ ಗಾರ್ಡ್‌ಗಳಿಗೆ, ಸದ್ದಾಂನನ್ನು ಇನ್ನೊಂದು ಸಣ್ಣ ಕೊಠಡಿಗೆ ವರ್ಗಾಯಿಸಲು ಹೇಳಿದೆ. ಅಲ್ಲಿ ಸಂದರ್ಶಕರಿಗೆ ಅವಕಾಶವಿರಲಿಲ್ಲ, ಮತ್ತು ರೂಮಿನಲ್ಲಿನ ಗಾರ್ಡ್‌ಗಳು ಸದ್ದಾಂ ಜೊತೆಗೆ ಮಾತಾಡ ಬಾರದೆಂಬ ಕಟ್ಟಳೆಯಿತ್ತು.

ಸಂದೇಶ ಸ್ಪಷ್ಟವಿತ್ತು. ಆತ ಇನ್ನು ಮೇಲೆ ಅಂತಹ ಮುಖ್ಯ ವ್ಯಕ್ತಿಯಾಗಿರಲಿಲ್ಲ. ಆತ ತನ್ನ ಸುತ್ತಲಿನ ಜನರಲ್ಲಿ ಆತಂಕ ಬಿತ್ತುವುದು ಸಾಧ್ಯವಿರಲಿಲ್ಲ. ಅರಮನೆಯ ಹೊಳೆಯುವ ವೈಭವಗಳೆಲ್ಲ ಹೊರಟುಹೋಗಿದ್ದವು. ಕೈಗೊಂದು ಕಾಲಿಗೊಂದು ಆಳುಗಳಿಲ್ಲ, ಸೇವಕರಿಲ್ಲ ಮತ್ತು ಜನರಲ್‌ಗಳೂ ಇರಲಿಲ್ಲ. ಅಧಿಕಾರ ಹೊರಟು ಹೋಗಿತ್ತು. ತನ್ನ ರಾಜ್ಯಾಡಳಿತದ ಕಾಲದ ದರ್ಪ ಮತ್ತು ದಬ್ಬಾಳಿಕೆ

ಕೊನೆಗೊಂಡಿತ್ತು. ನಿರ್ಭಯ ಯುವ ಅಮೇರಿಕನ್ ಸೈನಿಕರು ಆತನ ದೌರ್ಜನ್ಯದ ವಿರುದ್ಧ ಸಟೆದೆದ್ದಿದ್ದರು. ಆತ ಈಗ ಯಾರಿಗೂ ಬೆದರಿಕೆ ಹಾಕಲಾರ.

ಮೂವತ್ತು ದಿನಗಳ ಬಳಿಕ, ನಾನು ಸದ್ದಾಂ ಹುಸೇನ್‌ನನ್ನು ಒಂದು ಸೂಕ್ತ ಮಿಲಿಟರಿ ಪೊಲೀಸ್ ಘಟಕಕ್ಕೆ ವರ್ಗಾಯಿಸಿದೆ. ಒಂದು ವರ್ಷದ ಬಳಿಕ ಇರಾಕಿಗಳು ಆತನ ದೇಶದ್ರೋಹಕ್ಕಾಗಿ ಮರಣದಂಡನೆ ವಿಧಿಸಿದರು.

ಪುಂಡರು ಯಾವತ್ತೂ ಒಂದೇ ರೀತಿಯಿಂದಿರುತ್ತಾರೆ; ಅವರು ಶಾಲಾ ವಠಾರದಲ್ಲಿರಲಿ, ಕಾರ್ಯಕ್ಷೇತ್ರದಲ್ಲಿರಲಿ ಭಯೋತ್ಪಾದನೆಯಿಂದ ದೇಶವನ್ನಾಳುತ್ತಿರಲಿ. ಅವರು ಭಯ ಮತ್ತು ಬೆದರಿಕೆಯೊಂದಿಗೆ ಅಭಿವೃದ್ಧಿ ಹೊಂದುತ್ತಾರೆ. ಪುಂಡರು ಅಂಜುಬುರುಕುತನ ಮತ್ತು ಹೃದಯದ ಜಡತ್ವದಿಂದ ಶಕ್ತಿಸಂವರ್ಧನೆ ಮಾಡಿಕೊಳ್ಳುತ್ತಾರೆ. ಅವರು ನೀರಿನಲ್ಲಿನ ಶಾರ್ಕ್‌ಗಳ ತರಹ ಇರುತ್ತಾರೆ. ಅವು ನೀರಿನಲ್ಲಿ ಭಯಪಡುತ್ತಲೇ ಇರುತ್ತವೆ. ಅವುಗಳ ಬೇಟೆ ಒದ್ದಾಡುತ್ತವೆಯೇ ಎಂದು ಅವು ಅದರ ಸುತ್ತ ಸುತ್ತಾಡುತ್ತವೆ. ತನ್ನ ಬೇಟೆ ದುರ್ಬಲವಾಗಿದೆಯೇ ಎಂದು ಅವು ಪರೀಕ್ಷಿಸುತ್ತವೆ. ನೀವು ಭಯಪಟ್ಟುಕೊಂಡಿದ್ದರೆ ಅವು ನಿಮ್ಮ ಮೇಲೆ ಆಕ್ರಮಣ ಮಾಡುತ್ತವೆ. ಬದುಕಿನಲ್ಲೂ, ರಾತ್ರಿಯ ಈಜಿನಲ್ಲೂ ನಿಮ್ಮ ಗುರಿಯನ್ನು ತಲುಪಲು ನೀವು ಅಪಾರವಾದ ಧೈರ್ಯವನ್ನು ಹೊಂದಿರಬೇಕಾಗುತ್ತದೆ. ಆ ಧೈರ್ಯ ನಮ್ಮೆಲ್ಲರಲ್ಲೂ ಇದ್ದೇ ಇರುತ್ತದೆ. ಆಳಕ್ಕೆ ಇಳಿಯಿರಿ, ಅದು ಅಲ್ಲಿ ಸಮೃದ್ಧವಾಗಿರುತ್ತದೆ.

ಅಧ್ಯಾಯ ಎಂಟು

ಸಕಾಲಕ್ಕೆ ಸ್ಪಂದಿಸಿ

ನೀವು ಜಗತ್ತನ್ನು ಬದಲಿಸಬೇಕೆಂದುಕೊಂಡರೆ...

ನಿಮ್ಮ ಅತ್ಯಂತ ಕಠಿಣ ಪರಿಸ್ಥಿತಿಗಳಲ್ಲಿ
ನಿಮ್ಮ ಶ್ರೇಷ್ಠವಾದುದನ್ನು ಪ್ರದರ್ಶಿಸಿ.

ನಾನು ಒಂದು ಸಣ್ಣ ಮರಳು ದಿನ್ನೆಯ ಮೇಲೆ ನಿಂತು 32ನೇ ಸ್ಟ್ರೀಟ್ ನೇವಲ್ ಬೇಸ್‌ನಲ್ಲಿ ಸಾಲಾಗಿ ನಿಲ್ಲಿಸಲಾದ ಯುದ್ಧನೌಕೆಗಳನ್ನು ನೋಡುತ್ತಿದ್ದೆ. ಈ ನೌಕೆಗಳ ಮತ್ತು ನಮ್ಮ ಆರಂಭ ತಾಣದ ನಡುವೆ ಒಂದು ಚಿಕ್ಕ ನೌಕೆಯನ್ನು ಸ್ಯಾನ್ ಡಿಯಾಗೋ ಕೊಲ್ಲಿಯಲ್ಲಿ ನಿಲ್ಲಿಸಲಾಗಿದ್ದು, ಅದುವೆ ನಮ್ಮ ಇಂದು ಸಂಜೆಯ "ಗಮ್ಯಸ್ಥಾನ"ವಾಗಿತ್ತು. ನಮ್ಮ ತರಬೇತಿಯ ಕ್ಲಾಸುಗಳಲ್ಲಿ ಕಳೆದ ಹಲವು ತಿಂಗಳ ಕಾಲ ಮೂಲಭೂತವಾದ ಸ್ಕ್ಯೂಬಾ(SCUBA) ಮುಳುಗು ಮತ್ತು ಇನ್ನಷ್ಟು ಮುಂದುವರಿದ ಬಬಲ್‌ಲೆಸ್ ಎಮರ್‌ಸನ್ ಕ್ಲೋಸ್ಡ್ ಸರ್ಕ್ಯೂಟ್ ರಿಗ್‌ನ ಅಭ್ಯಾಸಗಳು ನಡೆದಿದ್ದವು. ಸೀಲ್ ಟ್ರೈನಿಂಗ್‌ನ ಅತ್ಯಂತ ಕಠಿಣತಮ ತಾಂತ್ರಿಕ ಭಾಗವೆಂದರೆ ಈ ರಾತ್ರಿ ಡೈವ್ ಫೇಸ್‌ನ ಉತ್ತುಂಗಕ್ಕೇರುವುದಾಗಿತ್ತು.

ನಮ್ಮ ಗುರಿ ಏನಿತ್ತೆಂದರೆ ಎರಡು ಸಾವಿರ ಮೀಟರ್ ಉದ್ದಕ್ಕೆ ನೀರೊಳಗೆ ಈಜಿ ಕೊಲ್ಲಿಯಲ್ಲಿ ಲಂಗರು ಹಾಕಿದ ನೌಕೆಯನ್ನು ತಲುಪುವುದಾಗಿತ್ತು. ನೌಕೆಯ ತಳಭಾಗಕ್ಕೆ ನಾವು ನಮ್ಮ ಅಭ್ಯಾಸದ ಲಿಂಪಟ್ಸ್ ಮೈನ್ (ಸ್ವಲ್ಪ ಸಮಯದ ಬಳಿಕ ನೌಕೆಯ ಅಡಿಭಾಗದಲ್ಲಿ ಸ್ಫೋಟಿಸುವಂತೆ ಅಳವಡಿಸಲಾಗುವ ಸಿಡಿಮದ್ದಿನ ಪಾತ್ರೆ)ನ್ನು ಅಳವಡಿಸಿ, ನಂತರ ಕಿನಾರೆಯನ್ನು ನಾವು ತಲುಪಬೇಕಿತ್ತು. ಎಮರ್ಸ್‌ನ್ ಡೈವಿಂಗ್

ಉಪಕರಣವನ್ನು ಸಾಮಾನ್ಯವಾಗಿ "ಸಾವಿನ ಕೊಂಡಿ" ಎಂದೇ ಪರಿಗಣಿಸಲಾಗುತ್ತಿತ್ತು. ಸೀಲ್‌ನ ಆಖ್ಯಾಯಿಕೆಯ ಪ್ರಕಾರ, ಅವು ಸಾಧಾರಣವಾಗಿ ಅಸಮರ್ಪಕವಾಗಿ ಕಾರ್ಯನಿರ್ವಹಿಸುತ್ತಿದ್ದುದರಿಂದ ಬಹಳಷ್ಟು ಮಂದಿ ಟ್ರೈನಿಗಳು ಎಮರ್ಸನ್ ಬಳಕೆಯಿಂದ ಸಾವಿಗೀಡಾಗಿರುವ ಪ್ರಸಂಗಗಳು ಇದ್ದವು.

ಸ್ಯಾನ್ ಡಿಯಾಗೋ ಕೊಲ್ಲಿಯಲ್ಲಿ ರಾತ್ರಿಯ ಸಮಯ ಬೆಳಕಿನ ಪ್ರಮಾಣ ಎಷ್ಟು ಕಡಿಮೆ ಇದ್ದಿರುತ್ತದೆ ಅಂದರೆ ನಮ್ಮ ಕೈಯನ್ನು ಮುಖದ ಮುಂದೆ ಹಿಡಿದರೂ ಕಾಣಿಸುತ್ತಿರಲಿಲ್ಲ. ನೀರೊಳಗಿನ ಕಂಪಾಸ್‌ನ್ನು ವೀಕ್ಷಿಸಲು ಮಂದ ಬೆಳಕಿನ ಪುಟ್ಟ ಹಸುರು ದೀಪ ಮಾತ್ರವೇ ನಮ್ಮ ಬಳಿಯಲ್ಲಿ ಇರುತ್ತಿತ್ತು. ಪರಿಸ್ಥಿತಿ ಇನ್ನಷ್ಟು ಹದಗೆಟ್ಟಿಸಿದೆಂದರೆ ಮಂಜು ಮುಸುಕಿದ್ದು. ನೀವು ಗುರಿಯನ್ನು ತಪ್ಪಿದಿರೆಂದರೆ ಶಿಪ್ಪಿಂಗ್ ಚಾನೆಲ್‌ನ ಒಳಗೆ ಸೇರಿಬಿಡುತ್ತೀರಿ, ಅದರಿಂದ ನೇವಿ ನಿರ್ನಾಮ ಮಾಡಲು ಎಳೆಸುವವರಿಗೆ ಅದೊಂದು ಉತ್ತಮ ಜಾಗವಾಗಿರುವುದಿಲ್ಲ.

ಸೀಲ್ ಬೋಧಕರು ಮುಂದಕ್ಕೂ ಹಿಂದಕ್ಕೂ ಸಾಗುತ್ತ ಸುಮಾರು ಇಪ್ಪತ್ತೈದು ಮಂದಿ ರಾತ್ರಿಯ ಈಜುಗಾರರ ನಿಗಾ ವಹಿಸಿದ್ದರು. ನಾವೆಷ್ಟು ನರ್ವಸ್ ಆಗಿದ್ದೆವೋ ಬೋಧಕರೂ ಅಷ್ಟೇ ನರ್ವಸ್ ಆಗಿದ್ದರು. ಈ ಟ್ರೈನಿಂಗ್‌ನ ಹಂತದಲ್ಲಿ ಯಾವನೇ ಈಜುಗಾರನಿಗೆ ಗಾಯಗಳು ಆಗಬಹುದು ಅಥವಾ ಸಾಯಲೂ ಬಹುದಿತ್ತು.

ಉಸ್ತುವಾರಿಯಲ್ಲಿದ್ದ ಚೀಫ್ ಪೆಟ್ಟಿ ಆಫೀಸರ್ ಎಲ್ಲಾ ಈಜುಗಾರರನ್ನು ಕರೆದು ಸುತ್ತಲೂ ವೃತ್ತಾಕಾರದಲ್ಲಿ ನಿಲ್ಲಿಸಿದರು. "ಮಾನ್ಯರೇ," ಆತ ಅಂದರು. "ಇಂದಿನ ಈಜಿನಲ್ಲಿ ಯಾವ ನಾವಿಕರು ಫ್ರಾಗ್‌ಮನ್ ಆಗಲು ತತ್ಪರರು ಎನ್ನುವುದು ಸಿದ್ಧವಾಗುತ್ತದೆ." ಅವರು ತುಸು ಹೊತ್ತು

ತಡೆದು, "ಇಂದು ಹೊರಗೆ ಶೀತವೂ ಇದೆ, ಕತ್ತಲೂ ಇದೆ. ನೌಕೆಯ ಅಡಿಯಲ್ಲಿ ಇನ್ನೂ ಕತ್ತಲು ಆವರಿಸಿರುತ್ತದೆ. ಆ ಗಾಢ ಕತ್ತಲು ನಿಮ್ಮನ್ನು ಹಾದಿತಪ್ಪಿಸಬಹುದು. ಅಂತಹ ಕತ್ತಲಿನಲ್ಲಿ ನೀವು ಬೇರ್ಪಟ್ಟರೆ ನಿಮ್ಮ ಈಜಿನ ಜೊತೆಗಾರ ನಿಮ್ಮನ್ನು ಕಾಣಲು ಸಾಧ್ಯವಾಗದು." ಈಗ ಮಂಜು ಇನ್ನಷ್ಟು ದಟ್ಟವಾಗುತ್ತ ಹೋಗಿ ನಾವು ನಿಂತಿದ್ದ ತುಣುಕು ಪ್ರದೇಶವನ್ನೂ ಆವರಿಸಿಬಿಟ್ಟಿತು. "ಈವೊತ್ತು ನೀವು ನಿಮ್ಮ ಅತ್ಯಂತ ಉತ್ಕೃಷ್ಟ ಕ್ಷಮತೆಯನ್ನು ಪ್ರದರ್ಶಿಸಬೇಕು. ನೀವು ನಿಮ್ಮ ಭಯಗಳಿಂದ, ನಿಮ್ಮ ಸಂಶಯಗಳಿಂದ ಮತ್ತು ನಿಮ್ಮ ಸುಸ್ತಿನಿಂದ ಮೇಲೆದ್ದು ಬರಬೇಕಾಗಿದೆ. ಎಷ್ಟೇ ಕತ್ತಲು ಇದ್ದಿರಲಿ ನೀವು ನಿಮ್ಮ ಕಾರ್ಯಾಚರಣೆಯನ್ನು ಪೂರ್ತಿಗೊಳಿಸಿಯೇ ಬರಬೇಕು. ಅದೇ ನಿಮ್ಮನ್ನು ಇನ್ನೊಬ್ಬರಿಂದ ಪ್ರತ್ಯೇಕಿಸಿ ತೋರಿಸಬಹುದು." ಈ ಮಾತುಗಳು ಏನಿದ್ದರೂ ನನ್ನ ಮುಂದಿನ ಮೂವತ್ತು ವರ್ಷಗಳ ವೃತ್ತಿಜೀವನದಲ್ಲಿ ನನ್ನೊಂದಿಗೆ ಉಳಿದುಬಿಟ್ಟಿತು.

ಅಫಘಾನಿಸ್ಥಾನದ ಬಾಗ್ರಾಮ್ ಏರ್‌ಬೇಸ್‌ನಲ್ಲಿ ಮಂಜು ಮುಸುಕಲು ತೊಡಗುವುದನ್ನು ನಾನು ನೋಡುತ್ತಿದ್ದಂತೆ ಅದು ಇನ್ನೊಂದು ಕಠಿಣ ಸವಾಲಿನ ಸಂದರ್ಭವಾಗಿತ್ತು. ಟಾರ್ಮಾರ್ಕ್‌ನ ಮೇಲೆ ಒಂದು ಮಜಬೂತಾದ ಸಿ–17 ಏರ್‌ಕ್ರಾಫ್ಟ್ ಕೆಳಗಿಳಿಯಿತು. ಸಾವಿಗೀಡಾದ ಯುದ್ಧವೀರರ ಅಳಿದುಳಿದ ದೇಹಭಾಗಗಳನ್ನು ಸಂಗ್ರಹಿಸಲು ಅದನ್ನು ತರಲಾಗಿತ್ತು.

ಅದೊಂದು ಎಂದಿಗೂ ಅತ್ಯಂತ ಗಂಭೀರ ರೀತಿಯ, ಆದರೂ ಅದು ಇರಾಕ್ ಮತ್ತು ಅಫ್‌ಘಾನಿಸ್ಥಾನದಲ್ಲಿ ನಡೆದ ಪ್ರಶ್ನಿಸಲಾಗದಷ್ಟು

ಪ್ರಚೋದನಾತ್ಮಕ ಯುದ್ಧಗಳಾಗಿದ್ದವು. ಮುಂಚೂಣಿಯಲ್ಲಿದ್ದುದೇ ಅಮೆರಿಕಾ. ಪ್ರತಿ ಪುರುಷ, ಪ್ರತಿ ಸ್ತ್ರೀಯನ್ನು, ಅವರ ವೀರಾವೇಶದ ಹಿನ್ನೆಲೆ ಏನೇ ಇದ್ದಿರಲಿ, ಅವರ ಹಿನ್ನೆಲೆ ಏನೇ ಇದ್ದಿರಲಿ, ಅತ್ಯಂತ ಘನತೆ ಮತ್ತು ಗೌರವದಿಂದ ಕಾಣಲಾಗುತ್ತಿತ್ತು. ಇದು ನಮ್ಮ ದೇಶದ ತ್ಯಾಗಿಗಳನ್ನು ಕಾಣುವ ಬಗೆ. ಇದೇ ನಮ್ಮ ದೇಶ ಅವರಿಗೆ ಸಲ್ಲಿಸುವ ಕೊನೆಯ ಸೆಲ್ಯೂಟ್, ನಮ್ಮ ಅಂತಿಮ ವಂದನೆ, ಮತ್ತು ಅವರನ್ನು ವಿದಾಯ ಹೇಳುವ ಪ್ರಾರ್ಥನೆಯ ಸ್ವರೂಪ.

ರ್‍ಯಾಂಪ್‌ನ ಇಕ್ಕೆಲಗಳಲ್ಲಿ ಸಮಾನಾಂತರವಾಗಿ ಗಾರ್ಡ್ ಆಫ್ ಆನರ್ ಇರುತ್ತಿದ್ದಿತು. ವಿಮಾನದ ಬಲಬದಿಯ ಮೂಲೆಯಲ್ಲಿ "ಅಮೇಝಿಂಗ್ ಗ್ರೇಸ್" ಎಂಬ ಮೂರು ತುಕುಡಿಯ ಬ್ಯಾಂಡ್‌ಗಳ ಮಿದು ವಾದನ.

ನಾನೂ ಸೇರಿ ಇನ್ನು ಕೆಲವರು, ಸೈನಿಕರು, ನಾವಿಕರು, ವೈಮಾನಿಕರು, ನಾಗರಿಕರು ಮತ್ತು ಸಂಗಡಿಗರು ಇರುತ್ತಿದ್ದರು. 'ಹಮ್‌ವೀ' (HUMVEE) ಯುದ್ಧತಂತ್ರದ ವಾಹನ ಶವಗಳ ಅಳಿದುಳಿದ ಭಾಗಗಳನ್ನು ಹೊತ್ತು ಸರಿಯಾದ ಸಮಯಕ್ಕೆ ಬಂದು ನಿಂತಿತು. ಸಾವಿಗೀಡಾದ ತುಕುಡಿಗೆ ಸೇರಿದ ಆರು ಮಂದಿ ಯೋಧರು ಪಾಲಕರ ಸ್ಥಾನವನ್ನು ತುಂಬಿದರು.

ಕೆಳಗಿಳಿಸುವಾಗ ಧ್ವಜವನ್ನು ಅರ್ಧಕ್ಕೆ ಮುಚ್ಚಿದ ಶವಪೆಟ್ಟಿಗೆ ಹಿಡಿದು, ಅವರು ನಿಧಾನವಾಗಿ ರ್‍ಯಾಂಪ್‌ನ್ನು ಹತ್ತಿ ಗಾರ್ಡ್ ಆಫ್ ಆನರ್ ಸ್ವೀಕರಿಸಿ ವಿಮಾನವೇರಿದರು.

ಶವಪೆಟ್ಟಿಗೆಯನ್ನು ಮಧ್ಯದಲ್ಲಿ ಇರಿಸಿ, ಅದರ ಬಲಕ್ಕೆ ತಿರುಗಿ ಅಟೆಂನ್ಶನ್ ಸ್ಥಿತಿಗೆ ತೆರಳಿ ಸೆಲ್ಯೂಟ್ ನೀಡಿದರು. ಶವಪೆಟ್ಟಿಗೆಯ ತುದಿಯಲ್ಲಿ ಪಾದ್ರಿ ತಲೆಬಾಗಿ ಬೈಬಲ್‌ನ 6:8ನ್ನು ಓದಿದರು.

“ಭಗವಂತನ ಧ್ವನಿ ನನಗೆ ಕೇಳಿಸಿತು, ನಾನು ಯಾರನ್ನು ಕಳಿಸಲಿ ಮತ್ತು ಯಾರು ನಮಗಾಗಿ ಹೋಗಲಿ? ಎಂಬುದಾಗಿ. ಮತ್ತು ನಾನಂದೆ, ನಾನಿಲ್ಲಿದ್ದೇನೆ. ನನ್ನನ್ನು ಕಳಿಸಿ!”

ಟೇಪ್‌ಗಳನ್ನು ನುಡಿಸಿದ ಬಳಿಕ ಯೋಧರ ಮುಖಗಳ ಮೇಲೆ ಕಣ್ಣೀರು ಹರಿಯಿತು. ತಮ್ಮ ನೋವನ್ನು ಮರೆಸಲು ಅವರು ಯಾರೂ ಪ್ರಯತ್ನಿಸಲಿಲ್ಲ.

ಎಲ್ಲಾ ಪಾಲಕರು ಹೊರಟುಹೋದರು. ಹೊರಗೆ ಸಾಲುಗಟ್ಟಿ ನಿಂತವರು ಒಬ್ಬೊಬ್ಬರಾಗಿ ಒಳಗಡೆ ಬಂದರು. ಸೆಲ್ಯೂಟ್ ಮಾಡಿದರು, ಶವಪೆಟ್ಟಿಗೆಯ ಎದುರು ಮೊಣಕಾಲೂರಿ ಕೊನೆಯ ನಮನ ಸಲ್ಲಿಸಿದರು.

ಸಿ–17 ಆ ದಿನ ಬೆಳಿಗ್ಗೆ ಹೊರಡಲಿತ್ತು. ದಾರಿಯಲ್ಲಿ ರಿಫ್ಯೂವಲಿಂಗ್ ಮಾಡಿ ಡೋವರ್ ಏರ್‌ಫೋರ್ಸ್ ಬೇಸ್‌ಗೆ ತೆರಳುವುದಿತ್ತು. ಅಲ್ಲಿ ಇನ್ನೊಂದು ಗಾರ್ಡ್ ಆಫ್ ಆನರ್ ಸಂದ ಬಳಿಕ ತೀರಿಕೊಂಡ ಯೋಧನ ಪರಿವಾರ ಶವಪೆಟ್ಟಿಗೆಯನ್ನು ಪಡೆದು ಮನೆಗೆ ತೆರಳುವುದಿತ್ತು.

ಬದುಕಿನಲ್ಲಿ ತಾವು ಪ್ರೀತಿಸುವವರನ್ನು ಕಳಕೊಳ್ಳುವುದಕ್ಕಿಂತ ಬೇಗುದಿಯ ಕ್ಷಣಗಳು ಬೇರೊಂದು ಇರಲಾರದು. ಆದರೂ ಮತ್ತೆ ಮತ್ತೆ ನನಗೆ ಗೋಚರವಾದ ಒಂದು ವಿಚಾರವಿದೆ: ಪರಿವಾರ, ಸೇನಾ ತುಕಡಿಗಳು, ಪಟ್ಟಣಗಳು, ನಗರಗಳು, ಮತ್ತು ಸಮಗ್ರ ದೇಶವೇ ಜೊತೆಗೂಡಿ ಅಂತಹ ದುರಂತಗಳ ಬಗೆಗೆ ಮರುಗಿದ್ದನ್ನು ನಾನು ಕಂಡಿದ್ದೇನೆ.

ಒಮ್ಮೆ ಇರಾಕ್‌ನಲ್ಲಿ ಒಬ್ಬ ಕೌಶಲ್ಯ ಹೊಂದಿದ ಆರ್ಮಿ ಸ್ಪೆಶಲ್ ಆಫೀಸರ್ ಕೊಲ್ಲಲ್ಪಟ್ಟಾಗ, ಆತನ ಅವಳಿ ಸಹೋದರ ಎಲ್ಲರಿಗೂ ಬೆಂಬಲಕ್ಕೆ ನಿಂತು ಯೋಧನ ಸ್ನೇಹಿತರಿಗೆ, ಕುಟುಂಬದವರಿಗೆ ಸಾಂತ್ವನ

ಹೇಳುತ್ತ, ತನ್ನ ಸಹೋದರನ ಬಲಿದಾನಕ್ಕಾಗಿ ಹೆಮ್ಮೆ ಪಡಬೇಕೆಂದು ಕರೆಕೊಟ್ಟಿದ್ದನ್ನು ನಾನು ಕಂಡಿದ್ದೇನೆ.

ಜೋರ್ಜಿಯಾದ ಸಾವನ್ನಾ ಬೇಸ್‌ನಲ್ಲಿನ ಓರ್ವ ರೇಂಜರ್ ಸಾವಿಗೀಡಾದಾಗ, ಆತನ ಸಮಸ್ತ ತುಕಡಿ, ತಮ್ಮ ಅತ್ಯುತ್ತಮವಾದ ಸಮವಸ್ತ್ರವನ್ನು ಧರಿಸಿ, ಚರ್ಚ್‌ನಿಂದ ರಿವರ್ ಸ್ಟ್ರೀಟ್‌ನಲ್ಲಿದ್ದ ರೇಂಜರ್‌ರ ಅಚ್ಚುಮೆಚ್ಚಿನ ಬಾರ್‌ವರೆಗೆ ಮೆರವಣಿಗೆ ಮಾಡಿ ತೆರಳಿದ್ದರು. ಸಾವನ್ನಾ ನಗರದ ಸಮಸ್ತ ನಾಗರಿಕರು ಆ ಮೆರವಣಿಗೆಯಲ್ಲಿ ಸೇರಿದ್ದರು. ಅಗ್ನಿಶಾಮಕ ದಳ, ಪೊಲೀಸರು, ಅನುಭಾವಿಗಳು, ನಾಗರಿಕರು ಎಲ್ಲರೂ ಅದರಲ್ಲಿದ್ದರು. ಅಫ್ಘಾನಿಸ್ಥಾನದಲ್ಲಿ ಸಾವಿಗೀಡಾದ ಎಳೆಯ ಪ್ರಾಯದ ಯೋಧನಿಗೆ ಶೋಕತಪ್ತ ನಮನ ಸಲ್ಲಿಸಿದ್ದರು.

ಪೈಲೆಟ್ ಮತ್ತು ಹಲವು ಸಿಬ್ಬಂದಿಗಳ ಸಹಿತ, ಸಿವಿ–22 ಏರ್‌ಕ್ರಾಫ್ಟ್ ಅಫ್ಘಾನಿಸ್ಥಾನದಲ್ಲಿ ದುರಂತಕ್ಕೀಡಾದಾಗ, ಅದೇ ತುಕಡಿಯ ವೈಮಾನಿಕರು ಒಟ್ಟುಗೂಡಿದರು, ಶ್ರದ್ಧಾಂಜಲಿ ಅರ್ಪಿಸಿದರು ಮತ್ತು ಮರುದಿನ ಅವರ ವೈಮಾನಿಕ ಸೇವೆ ಬೇಕಿದೆ – ಎಂದು ಆ ಮರಣವನ್ನಪ್ಪಿದ ಯೋಧರಿಗೆ ಗೊತ್ತಿದೆ ಅನ್ನೋದು– ತಾವು ಪ್ರಾರಂಭಿಸಿದ ಗುರಿಯನ್ನು ತಲುಪುವುದು ಮುಖ್ಯವಾಗಿತ್ತು.

ಹೆಲಿಕಾಪ್ಟರ್ ದುರಂತದಲ್ಲಿ ಇಪ್ಪತ್ತೈದು ವಿಶೇಷ ಆಪರೇಟರ್‌ಗಳು ಮತ್ತು ಆರು ಮಂದಿ ರಾಷ್ಟ್ರೀಯ ಕಾವಲು ಪಡೆಯ ಯೋಧರು ಸತ್ತಾಗ, ಸಮಗ್ರ ರಾಷ್ಟ್ರವೇ ಶೋಕಾಚರಣೆಯನ್ನು ಆಚರಿಸಿತು. ಆ ಯೋಧರ ಪರಾಕ್ರಮ, ದೇಶಪ್ರೇಮವನ್ನು ಮನಸಾರೆ ಕೊಂಡಾಡಿತು.

ಎಲ್ಲೋ ಒಂದು ಹಂತದಲ್ಲಿ ನಾವೆಲ್ಲರೂ ಒಂದಲ್ಲ ಒಂದು ಕರಾಳ ಕ್ಷಣವನ್ನು ಎದುರಿಸಿರುತ್ತೇವೆ. ಪ್ರೀತಿಸಿದವರ ಸಾವಲ್ಲವಾದರೂ, ನಮ್ಮ ಉತ್ಸಾಹವನ್ನು ಮುರುಟಿ ಹಾಕಿದಂತಹ ಮತ್ತು ನಮ್ಮ ಭವಿಷ್ಯವನ್ನು

ಆತಂಕದಲ್ಲಿ ದೂಡಿದಂತಹ ಪ್ರಸಂಗಗಳು ಬಂದಿರಬಹುದು. ಅಂತಹ ಕರಾಳ ಕ್ಷಣಗಳಲ್ಲಿ ನೀವು ನಿಮ್ಮಲ್ಲೇ ಗಾಢವಾಗಿ ಒಳಹೊಕ್ಕು ನಿಮ್ಮ ಅತ್ಯಂತ ಉತ್ತಮವಾದುದನ್ನು ಹೊರತರಲು ಯತ್ನಿಸಬೇಕು.

ಅಧ್ಯಾಯ ಒಂಭತ್ತು

ಜನರಿಗೆ ಭರವಸೆ ನೀಡಿ

ನೀವು ಜಗತ್ತನ್ನು ಬದಲಿಸಬೇಕೆಂದುಕೊಂಡರೆ...

**ಕತ್ತಿನವರೆಗೆ ನೀವು ಕೆಸರಿನಲ್ಲಿ
ಮುಳುಗಿದ್ದರೆ ಹಾಡಲು ಶುರು ಮಾಡಿ.**

♫

ಸಮುದ್ರದ ಕಡೆಯಿಂದ ಬೀಸುತ್ತಿದ್ದ ಗಾಳಿ ತಾಸಿಗೆ ಇಪ್ಪತ್ತು ಮೈಲಿ ವೇಗದಲ್ಲಿ ಬೀಸುತ್ತಿತ್ತು. ಚಂದ್ರನ ದರ್ಶನವಿಲ್ಲ, ನಕ್ಷತ್ರಗಳೂ ಮೋಡದ ಮುಸುಕಿನಲ್ಲಿ ಅಡಗಿದ್ದವು. ನಾನು ಎದೆಮಟ್ಟದ ಆಳದ ಮಣ್ಣಿನಲ್ಲಿ ಹೂತು ಕುಳಿತ್ತಿದ್ದೆ. ತಲೆಯಿಂದ ಕಾಲಿನ ಉಂಗುಷ್ಠದವರೆಗೆ ಕೆಸರಿನಲ್ಲಿ ಮುಚ್ಚಿಹೋಗಿತ್ತು. ಕೆಸರು ಮೆತ್ತಿದ್ದರಿಂದ ನನ್ನ ದೃಷ್ಟಿ ಮಂಜಾಗುವಂತೆ ಮಾಡಿತ್ತು. ನನ್ನ ಓರಗೆಯ ವಿದ್ಯಾರ್ಥಿಗಳು ನನ್ನ ಪಕ್ಕದ ಹಳ್ಳದಲ್ಲಿ ಸಾಲಾಗಿ ನಿಂತಿರುವುದು ನನಗೆ ಕಾಣಿಸುತ್ತಿತ್ತು, ಅಷ್ಟೇ.

ಅದು ಬುಧವಾರದ ಹೆಲ್‌ವೀಕ್ ಆಗಿದ್ದು, ನನ್ನ ಸೀಲ್ ಟ್ರೈನಿಂಗ್ ಕ್ಲಾಸ್ ತಿಜ್ವಾನಾ ಕೆಸರಿನ ಹೊಂಡದಲ್ಲಿ ನಡೆದಿತ್ತು. ಸೀಲ್ ಟ್ರೈನಿಂಗ್‌ನ ಹೆಲ್‌ವೀಕ್ ಅಂದರೆ ಅದು ತರಬೇತಿಯ ಮೊದಲ ಹಂತ. ಆರು ದಿನಗಳ ಪರ್ಯಂತ ನಿದ್ದೆಯಿಲ್ಲ ಮತ್ತು ನಿರಂತರವಾಗಿ ಬೋಧಕರ ಹಿಂಸೆ ಅವ್ಯಾಹತವಾಗಿ ನಡೆಯುತ್ತಿತ್ತು. ದೀರ್ಘ ಓಟ, ಸಾಗರದಲ್ಲಿ ಈಜು, ಅಡೆತಡೆ ಓಟ, ಹಗ್ಗದ ಮೂಲಕ ಹತ್ತುವುದು, ಮುಗಿಯದ ಕ್ಯಾಲಿಸ್ತೇನಿಕ್ಸ್ ಮತ್ತು ಎಡೆಬಿಡದೆ ಚಿಕ್ಕ ಬೋಟುಗಳ ಪೆಡಲಿಂಗ್ (IBS) ನಡೆದಿರುತ್ತಿತ್ತು.

ಹೆಲ್‌ವೀಕ್‌ನ ಉದ್ಧೇಶವೇನಿತ್ತೆಂದರೆ ಸೀಲ್‌ಗೆ ಅರ್ಹತೆಯಿಲ್ಲದ ದುರ್ಬಲರನ್ನು ಹೊರಹಾಕುವುದು. ಅಂಕಿಅಂಶಗಳ ಪ್ರಕಾರ ಸೀಲ್

ಟ್ರೈನಿಂಗ್ ಅವಧಿಯಲ್ಲಿ ಇತರ ಸಂದರ್ಭಗಳಿಗಿಂತ ಹೆಲ್‌ವೀಕ್‌ನ ಸಂದರ್ಭದಲ್ಲೇ ಹೆಚ್ಚಿನ ಎಲ್ಲಾ ವಿದ್ಯಾರ್ಥಿಗಳು ಟ್ರೈನಿಂಗ್ ಬಿಟ್ಟು ಹೊರಟುಹೋಗಿದ್ದರು. ವಾರದ ಪರ್ಯಂತ ನಡೆವ ಕೆಸರಿನ ಆಟ ಎಲ್ಲವುಗಳಿಗಿಂತ ಹೆಚ್ಚು ತ್ರಾಸದಾಯಕವಾಗಿತ್ತು. ದಕ್ಷಿಣ ಸ್ಯಾನ್ ಡಿಯಾಗೋನಿಂದ ಮ್ಯಾಕ್ಸಿಕೋದವರೆಗೆ ಹಬ್ಬಿದ ಈ ಆಳವಾದ ವಿಶಾಲವಾದ ದಪ್ಪ ಕೆಸರಿನ ಹೊಂಡ ಸ್ಯಾನ್ ಡಿಯಾಗೋದಿಂದ ಸೃಷ್ಟಿಸಲ್ಪಟ್ಟದ್ದು.

ಆ ದಿನ ಮಧ್ಯಾಹ್ನ ನಮ್ಮ ರಬ್ಬರ್ ಬೋಟು ಕೊರೊನಡೋದಿಂದ ಈ ಕೆಸರಿನ ಹೊಂಡದ ಜಾಗಕ್ಕೆ ನಮ್ಮನ್ನು ಒಯ್ದಿತ್ತು. ಅಲ್ಲಿಗೆ ತಲುಪಿದ ತಕ್ಷಣ ನಮ್ಮನ್ನು ಆ ಶೀತಲ, ಮೈಗಂಟುವ ಕೆಸರಿನಲ್ಲಿ ಮುಳುಗುವಂತೆ ಮಾಡಿ ವೈಯಕ್ತಿಕ ನೆಲೆಯಲ್ಲಿ ಅದರಲ್ಲಿ ಸರಣಿ ಈಜಿನ ಸ್ಪರ್ಧೆ, ನಂತರ ಓಟ ಹಾಗೂ ಇನ್ನಿತರ ತ್ರಾಸದಾಯಕ ಕ್ರಿಯೆಗಳಿಗೆ ನಾಂದಿ ಹಾಡಲಾಯಿತು. ನಿಮ್ಮ ದೇಹದ ಪ್ರತಿಯೊಂದು ಭಾಗದಲ್ಲೂ ಕೆಸರು ನುಸುಳಿಹೋಗುವಂತಿತ್ತು. ಆ ಕೆಸರು ಎಷ್ಟೊಂದು ದಪ್ಪವಾಗಿತ್ತೆಂದರೆ, ಅದರ ಮೂಲಕ ನಡೆಯುವುದೇ ದುಸ್ತರವೆನಿಸುತ್ತಿತ್ತು ಮತ್ತು ನೀವು ಹಾಗೆ ಮುಂದುವರಿದು ಹೋಗುವುದು ನಿಮಗೊಂದು ಸವಾಲಿನಂತೆ ಪರಿಣಮಿಸುತ್ತಿತ್ತು.

ನಾಲ್ಕು ತಾಸು ಈ ಓಟದ ಸ್ಪರ್ಧೆ ಮುಂದುವರಿಯಿತು. ಸಂಜೆಯ ಹೊತ್ತಿಗೆ ನಮಗೆ ಯಾರಿಗೂ ಅಲ್ಲಾಡಲು ಕೂಡಾ ಆಗುತ್ತಿರಲಿಲ್ಲ. ಚಳಿ, ಸುಸ್ತು ಮತ್ತು ನಿತ್ರಾಣದಿಂದ ನಮ್ಮ ಎಲುಬುಗಳು ಮರಗಟ್ಟಿಹೋಗಿದ್ದವು.

ಸೂರ್ಯ ಕಂತುವ ವೇಳೆ ಉಷ್ಣತೆ ಕೆಳಗಿಳಿಯಿತು, ಗಾಳಿ ಬೀಸತೊಡಗಿತು ಮತ್ತು ಎಲ್ಲವೂ ಇನ್ನಷ್ಟು ಕಠಿಣವಾಗಿ ತೋರಲಾರಂಭಿಸಿತು.

ನಮ್ಮ ನೈತಿಕತೆ ಕುಂದುತ್ತಾ ಬಂದಿತ್ತು. ಅಂದು ಬುಧವಾರವಷ್ಟೇ ಆಗಿದ್ದರಿಂದ ಇನ್ನೂ ಮೂರು ದಿನಗಳು ಮುಂದಕ್ಕೆ ಬರಲಿವೆ, ನಮ್ಮನ್ನು ಹಿಂಜಿ ಹಿಂಜಿ ಹಿಂಸೆಗೆ ಒಳಪಡಿಸಲಾಗುತ್ತದೆ ಎಂಬ ಭಾವನೆ ನಮಗೆಲ್ಲ. ಈ ಸತ್ಯ ಬಹುತೇಕ ಎಲ್ಲ ವಿದ್ಯಾರ್ಥಿಗಳಲ್ಲೂ ಮನೆಮಾಡಿದ್ದವು. ನಿಯಂತ್ರಣಕ್ಕೆ ಬಾರದಿರುವಂತಹ ನಡುಕ, ಬಿಡುವಿಲ್ಲದಂತೆ ಕೈಗಳನ್ನು ಮತ್ತು ಕಾಲುಗಳನ್ನು ಉಪಯೋಗಿಸಿದ್ದರಿಂದ ಅವು ಬಾತುಕೊಂಡಿದ್ದವು. ಚರ್ಮ ಎಷ್ಟೊಂದು ಎಳಸಾಗಿ ಹೋಗಿತ್ತು ಅಂದರೆ ತುಸು ಅಲುಗಾಡಿದರೂ ಅದಕ್ಕೆ ಧಕ್ಕೆಯಾಗುವ ಸಂಭವವಿತ್ತು. ಹೀಗಿರುತ್ತ ನಾವು ಟ್ರೈನಿಂಗ್‌ನ್ನು ಪೂರ್ತಿಗೊಳಿಸುವ ಸಂಭವ ಕ್ರಮೇಣ ಮಂದವಾಗುತ್ತ ಹೋಯಿತು.

ದೂರದಲ್ಲಿ ಮಿನುಗುತ್ತಿದ್ದ ನಗರದ ದೀಪಗಳಿಗೆದುರಾಗಿ ಬರೀ ನೆರಳನ್ನೇ ತೋರುತ್ತ ನಮ್ಮತ್ತ ಲಗುಬಗನೆ ಓಡಿ ಬಂದ ಸೀಲ್ ಬೋಧಕನೊಬ್ಬ ನಮ್ಮ ಸನಿಹದ ಕೆಸರಿನ ಹೊಂಡದ ಅಂಚಿನಲ್ಲೇ ಬಂದು ನಿಂತ. ಅವನೊಬ್ಬ ಹಳೆಯ ಮಿತ್ರನ ತರಹ ಮಾತಾಡಿ ಹಿಂಸೆಯನ್ನು ಅನುಭವಿಸುತ್ತಿದ್ದ ಟ್ರೈನಿಗಳಿಗೆ ಸಾಂತ್ವನದ ಮಾತುಗಳನ್ನು ಹೇಳಿದ. ನಾವು ಅವನ ಮತ್ತು ಅವನ ಸಂಗಡಿಗ ಬೋಧಕರ ಜೊತೆಗೆ ಸಂಜೆಯ ಅಗ್ನಿ ಶಾಖಕ್ಕೆ ಸೇರಬಹುದೆಂದು ಆಶ್ವಾಸನೆ ನೀಡಿದ. ಅವನು ಬಿಸಿಯಾದ ಕಾಫಿ ಮತ್ತು ಚಿಕನ್ ಸೂಪ್ ಕುಡಿಯುತ್ತಿದ್ದ. ಸೂರ್ಯೋದಯವಾಗುವ ತನಕ ನಾವು ಹಾಯಾಗಿ ವಿರಮಿಸ ಬಹುದೆಂದ. ಕೆಸರಿನಿಂದ ಕಾಲನ್ನು ಹೊರಕ್ಕೆ ಎಳೆದುಕೊಳ್ಳಿ, ಸುಖವನ್ನು ಅನುಭವಿಸಿ ಎಂದ.

ನಮ್ಮಲ್ಲಿ ಕೆಲವು ವಿದ್ಯಾರ್ಥಿಗಳು ಆತನ ಆಮಿಷಕ್ಕೆ ಬಲಿಯಾಗಬಹುದೆ ಎಂದು ನನಗನಿಸಿತು. ಎಷ್ಟೆಂದರೆ ಇನ್ನೆಷ್ಟು ಸಮಯ ನಾವು ಈ ಕೆಸರಿನಲ್ಲಿ ಬದುಕಿ ಉಳಿಯಬಹುದು? ಬೆಚ್ಚಗಿನ ಅಗ್ಗಿಷ್ಟಿಕೆ, ಬಿಸಿಯಾದ

ಕಾಫಿ ಮತ್ತು ಚಿಕನ್ ಸೂಪ್ ನಿಜಕ್ಕೂ ಅಪ್ಯಾಯ ವರದಾನವೆನಿಸಿತು. ಮತ್ತೆ ಬಂತದೇ ಸವಾಲು! ಆತ ನಮ್ಮಲ್ಲಿ ಐದು ಮಂದಿಯಾದರೂ ಟ್ರೈನಿಂಗ್ ಬಿಟ್ಟು ಹೋಗಬೇಕೆಂದು ಬಯಸಿದ್ದ. ಐದು ಮಂದಿ ತೆರವಾದರೆ ಮಿಕ್ಕುಳಿದವರಿಗೆ ಕೊಂಚ ಸಮಾಧಾನ ಎನ್ನುವ ಹಾಗಿತ್ತು.

ನನ್ನ ಸಮೀಪದ ವಿದ್ಯಾರ್ಥಿ ಬೋಧಕನ ಸನಿಹಕ್ಕೆ ಸುಳಿದ ಹಾಗಾಯ್ತು. ನಾನು ಅವನ ಕೈಯನ್ನು ಬಲವಾಗಿ ಹಿಡಿದೆಳೆದೆ, ಆದರೆ ಅಲ್ಲಿಂದ ಪಲಾಯನ ತೆಗೆಯುವ ತುಡಿತ ಪ್ರಬಲವಾಗಿತ್ತೆಂದು ತೋರುತ್ತದೆ. ಆತ ನನ್ನ ಹಿಡಿತವನ್ನು ಹೇಗಾದರೂ ತಪ್ಪಿಸಿಕೊಂಡು ಒಣ ನೆಲದತ್ತ ಧಾವಿಸಿದ. ಬೋಧಕ ಮುಸಿ ಮುಸಿ ನಗುತ್ತಿದ್ದ. ಒಬ್ಬ ವಿದ್ಯಾರ್ಥಿ ಪಲಾಯನ ತೆಗೆದರೆ ಇತರರು ಆತನನ್ನು ಹಿಂಬಾಲಿಸುತ್ತಾರೆ ಎಂದು ಆತನಿಗೆ ತಿಳಿದಿತ್ತು.

ಇದ್ದಕ್ಕಿದ್ದಹಾಗೆ, ಮೇಲಿನ ಗಾಳಿಯಲ್ಲಿ ಧ್ವನಿಯೊಂದು ತೇಲಿಬಂತು. ಹಾಡಿನ ರೂಪದಲ್ಲಿ. ಎಲ್ಲರಿಗೂ ಕೇಳುವಂತೆ ಅದು ಸುಸ್ತಿನ ಮೂರ್ತರೂಪದಲ್ಲಿ ಸಾಕಾರಗೊಂಡಿತು. ಅದರ ನುಡಿಗಳು ಎಳೆಯ ಕಿವಿಗಳಿಗಾಗಿರಲಿಲ್ಲ. ಆದರೆ ಅದರ ದಾಟಿ ಎಲ್ಲರಿಗೂ ಸುಪರಿಚಿತವಾಗಿತ್ತು. ಒಂದು ಧ್ವನಿ ಎರಡಾಯಿತು, ಎರಡು ಮೂರಾಯಿತು, ಮತ್ತೆ ಅಷ್ಟರಲ್ಲಿ ಎಲ್ಲರೂ ಹಾಡತೊಡಗಿದರು.

ನನ್ನ ಪಕ್ಕದ ವಿದ್ಯಾರ್ಥಿ ಒಣ ನೆಲದತ್ತ ಓಡಿದವನು ಮರುಕ್ಷಣವೇ ನನ್ನ ಪಕ್ಕಕ್ಕೆ ಬಂದು ಬಿದ್ದ. ಅವನ ಕೈಗಳನ್ನು ನನ್ನ ಕತ್ತಿನ ಸುತ್ತ ಸುತ್ತಿ ಆತನೂ ಹಾಡಲು ತೊಡಗಿದ. ಬೋಧಕ ಉದ್ಘೋಷಕವನ್ನು ಕಸಿದುಕೊಂಡು ಹಾಡುವುದನ್ನು ನಿಲ್ಲಿಸುವುದಕ್ಕೆ ಕ್ಲಾಸಿಗೆ ಜೋರಾಗಿ ಕೂಗಿ ಹೇಳಿದ. ಯಾರೂ ಆತನನ್ನು ಲೆಕ್ಕಿಸಲಿಲ್ಲ. ಆತ ಕ್ಲಾಸ್ ಲೀಡರ್‌ನತ್ತ ಬೊಟ್ಟು ಮಾಡಿ ವಿದ್ಯಾರ್ಥಿಗಳನ್ನು ನಿಯಂತ್ರಿಸಲು ಬೊಬ್ಬಿರಿದ. ಆದರೆ

ಹಾಡುವುದು ಮುಂದುವರಿಯಿತು. ಬೋಧಕನ ಒಂದೊಂದೂ ಬೆದರಿಕೆಗೂ ಹಾಡಿನ ಸ್ವರ ದ್ವಿಗುಣವಾಗುತ್ತಲೇ ಹೋಯಿತು. ಕ್ಲಾಸು ಸಶಕ್ತವಾಗುತ್ತ ಹೋಯಿತು, ವಿರೋಧಾತ್ಮಕ ಶಕ್ತಿಯ ಎದುರು ಸೆಟೆದು ನಿಲ್ಲುವ ಛಾತಿಯನ್ನು ಪುನರುಚ್ಚರಿಸಿತು. ಕತ್ತಲೆಯಲ್ಲಿ, ಬೋಧಕನ ಮುಖದ ಮೇಲೆ ಬೀಳುತ್ತಿದ್ದ ಬೆಳಕಿನಲ್ಲಿ ಆತ ಮಂದಸ್ಮಿತನಾಗಿ ನಗುತ್ತಿರುವುದನ್ನು ನಾನು ಗಮನಿಸಿದೆ. ಮತ್ತೊಮ್ಮೆ, ನಾನೊಂದು ಪ್ರಮುಖವಾದ ಪಾಠವನ್ನು ಕಲಿತೆ. ಒಬ್ಬ ಮನುಷ್ಯನ ಬಲ ಒಂದು ಗುಂಪನ್ನೇ ಒಟ್ಟುಗೂಡಿಸಲು ಶಕ್ತ. ಅವರಿಗೆ ಭರವಸೆ ನೀಡಿ ಅವರ ಸ್ಫೂರ್ತಿಗೆ ಕಾರಣವಾಗಬಹುದು. ಮಣ್ಣಿನ ಕಂದಕದೊಳಗೆ ತಲೆ ತೂರಿಸಿರುವ ಒಬ್ಬ ವ್ಯಕ್ತಿ ಹಾಡಬಲ್ಲನಾದರೆ ನಾವು ಕೂಡಾ ಹಾಡಲು ಅಸಾಧ್ಯವೇನು? ಆ ಮನುಷ್ಯ ಮಂಜುಗಟ್ಟಿದ ಚಳಿಯನ್ನು ಸಹಿಸಬಲ್ಲನಾದರೆ ನಮಗೆ ಅದು ಅಸಾಧ್ಯವೇ? ಆತನಿಗೆ ಅದನ್ನು ತಡೆದುಕೊಳ್ಳಲು ಸಾಧ್ಯವೆಂದಾದರೆ ನಮಗೆ ಅದು ಏಕೆ ಸಾಧ್ಯವಾಗದು?

ಡೋವರ್ ಏರ್‌ಫೋರ್ಸ್ ಬೇಸ್‌ನಲ್ಲಿ ಸಂತಾಪದಲ್ಲಿದ್ದ ಪರಿವಾರದವರು ಕಿಕ್ಕಿರಿದು ತುಂಬಿದ್ದರು– ತಮ್ಮ ತೋಳುಗಳಲ್ಲಿ ನಿಯಂತ್ರಿಸಲಾಗಷ್ಟು ಬಿಕ್ಕಳಿಸುತ್ತಿದ್ದ ಮಕ್ಕಳನ್ನು ತಾಯಂದಿರು ಸಂಭಾಳಿಸಲು ಯತ್ನಿಸುತ್ತಿದ್ದರು. ಪಾಲಕರು ಪರಸ್ಪರ ಕೈಗಳನ್ನು ಬೆಸೆದುಕೊಂಡು ಶಕ್ತಿಯನ್ನು ವಿನಿಮಯ ಮಾಡಿಕೊಳ್ಳುತ್ತಿದ್ದರು, ಅದೇ ವೇಳೆ ಪತ್ನಿಯರು ಅನಂತದಲ್ಲಿ ದೃಷ್ಟಿಯನ್ನು ನಿಲುಕಿಸಿ ಅದೇನೋ ಅವಿಶ್ವಾಸದ ನೋಟವನ್ನು ನೋಡುತ್ತಿದ್ದರು. ಕೇವಲ ಐದು ದಿನಗಳ ಹಿಂದೆಯಷ್ಟೇ ನೇವಿ ಸೀಲ್‌ಗಳನ್ನು, ಅಫ್ಘಾನ್

ಸ್ಪೆಶಲ್ ಆಪರೇಶನ್ ಸಹಭಾಗಿಗಳನ್ನು ಕೊಂಡುಯ್ಯುತ್ತಿದ್ದ ಆರ್ಮಿ ವೈಮಾನಿಕರು ನಡೆಸುತ್ತಿದ್ದ ಹೆಲಿಕಾಪ್ಟರ್ ಒಂದನ್ನು ಅಫ್ಘಾನಿಸ್ಥಾನದಲ್ಲಿ ಹೊಡೆದುರುಳಿಸಲಾಗಿತ್ತು. ಕಾಪ್ಟರ್‌ನಲ್ಲಿದ್ದ ಎಲ್ಲಾ ಮೂವತ್ತೆಂಟು ಮಂದಿ ಕೊಲ್ಲಲ್ಪಟ್ಟಿದ್ದರು. ಭಯೋತ್ಪಾದನೆಯಲ್ಲಿ ಇದೊಂದು ಏಕೈಕ ದಾರುಣ ರೀತಿಯ ಆಕ್ರಮಣವಾಗಿತ್ತು.

ಒಂದು ತಾಸಿನ ಒಳಗೆ ಬಹುದೊಡ್ಡ ಸಿ–17 ಟ್ರಾನ್ಸ್‌ಪೋರ್ಟ್ ಏರ್‌ಕ್ರಾಫ್ಟ್‌ನ್ನು ಡೋವರ್‌ನಲ್ಲಿ ತಂದಿಳಿಸಲಾಯಿತು. ಹತ್ಯೆಗೀಡಾದ ಯೋಧರ ಕುಟುಂಬದವರನ್ನು ವಿಮಾನಕ್ಕೆ ಸಾಗಿಸಿ ಅವರನ್ನು ಫ್ಲ್ಯಾಗ್‌ಸಹಿತವಾದ ಶವಪೆಟ್ಟಿಗೆಗಳ ಬಳಿಗೆ ಒಯ್ಯಲಾಯಿತು. ಅದಕ್ಕೂ ಮುನ್ನ ಅಮೆರಿಕಾದ ಅಧ್ಯಕ್ಷರು, ರಕ್ಷಣಾ ಖಾತೆಯ ಕಾರ್ಯದರ್ಶಿಗಳು, ಸೇವಾ ಕಾರ್ಯದರ್ಶಿಗಳು ಹಾಗೂ ಮಿಲಿಟರಿಯ ಹಿರಿಯ ನಾಯಕರೆಲ್ಲ ಅಲ್ಲಿಗೆ ಬಂದು ಸಂತ್ರಸ್ತ ಕುಟುಂಬದ ಸದಸ್ಯರಿಗೆ ಸಾಂತ್ವನ ಹೇಳುತ್ತ, ಅಗಲಿಹೋದ ಯೋಧರಿಗೆ ಶ್ರದ್ಧಾಂಜಲಿಯನ್ನು ಅರ್ಪಿಸಿದರು.

ಹೀಗೆ ಹುತಾತ್ಮರಾದ ಯೋಧರ ಡಜನ್‌ಗಟ್ಟಲೆ ಶ್ರದ್ಧಾಂಜಲಿಗಳಲ್ಲಿ ನಾನು ಭಾಗಿಯಾಗಿದ್ದೆ. ಅದು ಅಷ್ಟೊಂದು ಸುಲಭವಾಗಿರಲಿಲ್ಲ. ನಾವೆಷ್ಟೇ ಸಾಂತ್ವನ ಹೇಳಿದರೂ, ತಮ್ಮ ಪ್ರೀತಿಪಾತ್ರರಾದವರನ್ನು ಕಳಕೊಂಡಾಗ ಅವರಿಗೆ ನಮ್ಮ ಸಾಂತ್ವನದ ನುಡಿಗಳು ಎಷ್ಟು ತಾನೇ ನೆಮ್ಮದಿಯನ್ನು ತಳೆಯುವುದಕ್ಕೆ ಅನುವು ಮಾಡಿಕೊಡಬಹುದು?

ನಾನು ಮತ್ತು ನನ್ನ ಪತ್ನಿ ಜೋರ್ಜಿಯನ್ನ್ ಅಂತಹ ಪರಿವಾರದವರೊಂದಿಗೆ ಮಾತಿಗೆ ತೊಡಗಿದಾಗ ನಾವು ಶಬ್ದಗಳ ಪ್ರಯೋಗಕ್ಕಾಗಿ ತಡಕಾಡಬೇಕಾಯಿತು. ಅವರ ನೋವಿನೊಂದಿಗೆ ನಾವು ನಿಜಕ್ಕೂ ಹೇಗೆ ಭಾಗೀದಾರರಾಗಲು ಸಾಧ್ಯ? ಅವರ ಮಗನ, ಅವರ ಗಂಡನ, ಅವರ ತಂದೆಯ, ಅವರ ಸಹೋದರನ, ಅಥವಾ ಅವರ ಸ್ನೇಹಿತನ ಬಲಿದಾನ ನಿಜಕ್ಕೂ ಮೌಲಿಕವೆಂದು ಹೇಗೆ ತಾನೇ ಹೇಳಲು

ಸಾಧ್ಯ? ನಾನು ಪ್ರತಿಯೊಬ್ಬರಿಗೂ ಸಾಧ್ಯವಾದ ರೀತಿಯಲ್ಲಿ ಸಾಂತ್ವನ ಹೇಳಿದೆ. ಅವರಿಗಾಗಿ ಪ್ರಾರ್ಥಿಸಿದೆ. ನಾನು ಅವರ ಹಿಂದೆ ಬೆಂಬಲಕ್ಕಿದ್ದೇನೆ ಎಂದು ಉಸುರಿದೆ. ಆದರೆ ಅವೆಲ್ಲ ನನ್ನ ಮಾತುಗಳು ಪೊಳ್ಳು ಎಂಬುದು ನನಗೇ ವೇದ್ಯವಿತ್ತು.

ನಾನು ಓರ್ವ ಹಿರಿಯ ಮಹಿಳೆಯ ಎದುರಿಗೆ ಮೊಣಕಾಲೂರಿದಾಗ, ನನ್ನ ಪಕ್ಕದಲ್ಲಿರುವ ಕುಟುಂಬ ಲೆಫ್ಟಿನೆಂಟ್ ಜನರಲ್ ಜಾನ್ ಕೆಲ್ಲಿಯವರದೆಂದು ತಿಳಿಯಿತು. ರಕ್ಷಣಾ ಖಾತೆಯ ಕಾರ್ಯದರ್ಶಿ-ಯವರಿಗೆ ಮಿಲಿಟರಿ ಸಹಾಯಕರಾಗಿದ್ದ ಕೆಲ್ಲಿ, ಎತ್ತರದ, ತೆಳು ನಿಲುವಿನ, ಅರೆನೆರೆತ ಕೂದಲು ಬಾಚಿದ ಶುಭ್ರವಾದ ನಾವಿಕ ಸಮವಸ್ತ್ರದಲ್ಲಿದ್ದರು. ಕುಟುಂಬಗಳು ಅವರ ಸುತ್ತ ನೆರೆದಿದ್ದವು. ಅವರ ಸಾಂತ್ವನದ ಮಾತುಗಳಿಗೆ ಹೆಚ್ಚು ಪ್ರಾಮುಖ್ಯತೆ ಇದ್ದಂತೆ ತೋರಿತು. ಅವರು ನೋವಿನಿಂದ ನರಳುತ್ತಿದ್ದ ಹೆತ್ತವರಿಗೆ ಮಕ್ಕಳಿಗೆ ಸಂತೈಸುತ್ತಿದ್ದ ರೀತಿ ವಿಶೇಷವೆನಿಸಿತು. ಅವರು ನಕ್ಕರು, ಮಿಕ್ಕವರೂ ನಕ್ಕರು. ಅವರು ತಬ್ಬಿಕೊಂಡರು, ಮಿಕ್ಕವರೂ ತಬ್ಬಿಕೊಂಡರು. ತನ್ನ ಕೈಯನ್ನು ಚಾಚಿ ಹಿಡಿದಾಗ ಅವರೆಲ್ಲ ತಮ್ಮ ಕೈಗಳನ್ನು ಚಾಚಿ ಅದನ್ನು ಬಿಗಿಯಾಗಿ ಹಿಡಿದುಕೊಂಡರು.

ಹೆತ್ತವರಿಗೆಲ್ಲ ಕೊನೆಯ ಸಾಂತ್ವನದ ಮಾತುಗಳನ್ನು ಹೇಳಿ ಅವರ ತ್ಯಾಗ ಮತ್ತು ಬಲಿದಾನಗಳನ್ನು ಮೆಚ್ಚಿಕೊಂಡು ಕೆಲ್ಲಿ ಅಲ್ಲಿಂದ ಮುನ್ನಡೆದರು, ಮುಂದಿನ ಪಾಳಯವನ್ನು ಸಂತೈಸುವ ಸಲುವಾಗಿ. ಮುಂದಿನ ಒಂದು ತಾಸಿನ ಒಳಗೆ ಕೆಲ್ಲಿ ಹೆಚ್ಚು ಕಡಿಮೆ ಎಲ್ಲಾ ಸಂತ್ರಸ್ತ ಪರಿವಾರಗಳನ್ನು ಸಂತೈಸಿದರು. ಬೇರೆ ಯಾರದೇ ಸಾಂತ್ವನಗಳಿಗಿಂತ ಕೆಲ್ಲಿಯವರ ಹಾರೈಕೆಗಳು ಅಂದಿನ ನೋವಿಗೀಡಾಗ ಎಲ್ಲಾ ಹೆತ್ತವರನ್ನು, ಸಹೋದರ ಸಹೋದರಿಯರನ್ನು, ಮಿತ್ರರ ಮನಸ್ಸಿಗೆ ಹೆಚ್ಚು ತಟ್ಟಿತು ಎಂದು ಹೇಳಬೇಕಾಗುತ್ತದೆ. ಅವರ ಮಾತುಗಳು ಪರಸ್ಪರ ತಿಳುವಳಿಕೆಯ

ನುಡಿಗಳಾಗಿದ್ದವು. ಅವು ಸಹಾನುಭೂತಿಯ, ಭರವಸೆಯ ಮಾತುಗಳಾಗಿದ್ದವು.

ಅಂದು ಜಾನ್ ಕೆಲ್ಲಿಯವರಷ್ಟೇ ಆ ದಾರುಣ ಸ್ಥಿತಿಗೆ ಒಂದು ಹೊಸ ಆಯಾಮವನ್ನು ನೀಡಲು ಸಾಧ್ಯವಾಯಿತು. ಜಾನ್ ಕೆಲ್ಲಿಯವರಿಗಷ್ಟೇ ಅಂತಹ ಭರವಸೆಯ ಮಾತುಗಳನ್ನಾಡಲು ಸಾಧ್ಯವಿತ್ತು, ಯಾಕೆಂದರೆ ಅವರು ಸ್ವತಃ ತಮ್ಮ ಮಗನನ್ನು ಅಂತಹ ಒಂದು ದುರಂತದಲ್ಲಿ ಕಳಕೊಂಡಿದ್ದರು.

ಫಿಫ್ತ್ ಮಾರ್ರೈನ್, ಥರ್ಡ್ ಬೆಟಾಲಿಯನ್‌ನಲ್ಲಿ ಸೇವೆ ಸಲ್ಲಿಸುತ್ತಿದ್ದ ಸಮಯ, 2010ರಲ್ಲಿ ಅವರ ಮಗ ಮಾರ್ರೈನ್ ಫರ್ಸ್ಟ್ ಲೆಫ್ಟಿನೆಂಟ್ ರಾಬರ್ಟ್ ಕೆಲ್ಲಿ ಅಫ್ಘಾನಿಸ್ತಾನದಲ್ಲಿ ಮೃತ್ಯುವಶರಾಗಿದ್ದರು. ಜನರಲ್ ಮತ್ತು ಅವರ ಕುಟುಂಬ ಆ ದುರಂತವನ್ನು ಕಷ್ಟದಿಂದ ಸಹಿಸಿದ್ದರು, ಇದೀಗ ಡೋವರ್‌ನ ಕುಟುಂಬಗಳ ಹಾಗೆಯೇ. ಆದರೆ ಕೆಲ್ಲಿ ಕುಟುಂಬ ನಂತರ ಸುಧಾರಿಸಿಕೊಂಡಿತು. ನೋವು, ಹೃದಯ ವೇದನೆ ಮತ್ತು ಸೈರಿಸಿಕೊಳ್ಳಲಾಗದ ನಷ್ಟದ ಹೊರತಾಗಿಯೂ.

ಆ ದಿನ ನಾನು ಅವರನ್ನು ನೋಡುತ್ತಲೇ ಇದ್ದೆ, ಅದು ನಿಜಕ್ಕೂ ನನಗೆ ವಿಶೇಷ ಶಕ್ತಿಯನ್ನು ನೀಡಿತು. ವಾಸ್ತವದಲ್ಲಿ, ನಾವೊಬ್ಬ ಸೈನಿಕನನ್ನು ಕಳಕೊಂಡರೆ, ನಾವು ಆತನ ಕುಟುಂಬದವರಿಗೆ ಸಂತಾಪವನ್ನು ಸೂಚಿಸುವುದು ವಾಡಿಕೆ. ಆದರೆ ಅದೇ ದುರಾದೃಷ್ಟ ನಮಗೆ ಎದುರಾದರೆ ಎಂಬ ಭೀತಿ ನಮ್ಮನ್ನು ಸದಾ ಕಾಡುತ್ತಿರುತ್ತದೆ. ನಿಮ್ಮ ಮಗುವಿನ ಮರಣವನ್ನು ಸೈರಿಸಿಕೊಳ್ಳುವ ಶಕ್ತಿ ನಿಮಗೆ ಎಲ್ಲಿಂದ ಅಥವಾ ನೀವಿಲ್ಲದೆ ನಿಮ್ಮ ಕುಟುಂಬ ಹೇಗೆ ಜೀವನವನ್ನು ಸಾಗಿಸಬಹುದೆಂದು ದಿಗ್ಭ್ರಮಿಸುವುದಿಲ್ಲವೇ? ಭಗವಂತ ದಯಾಪೂರ್ಣನಿರುತ್ತಾನೆ, ಹಾಗೆಲ್ಲ ಯೋಚಿಸುವ ಅಗತ್ಯವಿಲ್ಲವೆಂದು ನೀವು ಸಮಾಧಾನ ಹೊಂದುವುದು ಸಾಧ್ಯವಿಲ್ಲವೇ?

ಮುಂದಿನ ಮೂರು ವರ್ಷಗಳ ಟ್ರೈನಿಂಗ್‌ನ ಅವಧಿಯಲ್ಲಿ ನಾನು ಮತ್ತು ಕೆಲ್ಲಿ ಒಳ್ಳೆಯ ಗೆಳೆಯರಾದೆವು. ಆತನೊಬ್ಬ ಗಮನಾರ್ಹ ಆಫೀಸರ್‌ರಾಗಿದ್ದರು, ತನ್ನ ಹೆಂಡತಿ ಕರೇನ್‌ಗೆ ಒಬ್ಬ ಸಶಕ್ತ ಗಂಡ, ಮಗಳು ಕ್ಯಾಟಿಗೆ ಮತ್ತು ತಮ್ಮ ಹಿರಿಯ ಮಗ ಮೇಜರ್ ಜಾನ್ ಕೆಲ್ಲಿಗೆ ಒಬ್ಬ ಪ್ರೀತಿಪಾತ್ರನಾದ ತಂದೆಯಾಗಿದ್ದರು. ಆದರೆ ಎಲ್ಲಕ್ಕೂ ಮಿಗಿಲಾಗಿ ಕೆಲ್ಲಿ ತನ್ನ ಸುತ್ತಮುತ್ತಲಿನವರಿಗೆ ಮಹಾ ಭರವಸೆಯನ್ನು ನೀಡುವ ವ್ಯಕ್ತಿಯಾಗಿದ್ದರು. ಆ ಭರವಸೆ ನಮ್ಮ ಅತ್ಯಂತ ದುಃಖಮಯ ಸನ್ನಿವೇಶದಲ್ಲಿ ಆ ನೋವಿನಿಂದ, ಆ ನಿರಾಶೆಯಿಂದ ಮತ್ತು ಸಂಕಟದಿಂದ ಮುಕ್ತಿಪಡೆದು, ಮೇಲಕ್ಕೆ ಎದ್ದೇಳಲು ಸಹಕಾರಿಯಾಗುತ್ತಿತ್ತು, ಅದರಿಂದ ಚೇತರಿಸಿಕೊಳ್ಳಲು ಅನುವಾಗುತ್ತಿದ್ದಿತು. ಅಂತಹ ಸಾಮರ್ಥ್ಯವನ್ನು ನಮ್ಮೆಲ್ಲರಲ್ಲೂ ತುಂಬುವ ಮತ್ತು ಇತರರಿಗೆ ಸ್ಫೂರ್ತಿಯನ್ನು ನೀಡುವ ಕ್ಷಮತೆ ಅವರಲ್ಲಿತ್ತು.

ವಿಶ್ವದಲ್ಲಿ ಭರವಸೆಯಷ್ಟು ಸಶಕ್ತ ವಿಷಯ ಇನ್ನೊಂದಿಲ್ಲ. ಭರವಸೆಯೊಂದಿಗೆ ಮಹಾನ್ ದೇಶವನ್ನೇ ನಾವು ಕಟ್ಟುವ ಸ್ಫೂರ್ತಿಗೆ ಭಾಜನರಾಗುತ್ತೇವೆ. ಭರವಸೆಯೊಂದಿಗೆ ಕೆಳಕ್ಕೆ ತುಳಿಯಲ್ಪಟ್ಟವರನ್ನು ನಾವು ಮೇಲಕ್ಕೆ ಎತ್ತಬಹುದು. ಭರವಸೆಯೊಂದಿಗೆ ನಾವು ಸಹಿಸಲಾಗದ ನಷ್ಟದ ನೋವನ್ನು ಭರಿಸಬಹುದು. ಇಷ್ಟೇ, ವ್ಯಕ್ತಿ ತನ್ನಲ್ಲಿ ಭರವಸೆಯನ್ನು ತುಂಬಿಕೊಳ್ಳಬೇಕು.

ನಾವೆಲ್ಲ ಒಂದಲ್ಲ ಒಂದು ದಿನ ಕತ್ತಿನವರೆಗಿನ ಕೆಸರಲ್ಲಿ ಮುಳುಗಿ ಹೊರಳಾಡುತ್ತಿರುತ್ತೇವೆ. ಅದೇ ವೇಳೆ ನಮಗೆ ಜೋರಾಗಿ ಹಾಡಲು, ಹಾಯಾಗಿ ನಗಲು, ನಮ್ಮ ಸುತ್ತಲಿನವರನ್ನು ಮೇಲಕ್ಕೆ ಎತ್ತಲು ಮತ್ತು ಮುಂದಿನ ದಿನ ಬಹಳಷ್ಟು ಸುಂದರ ಕ್ಷಣಗಳನ್ನು ಕಾಣಬಹುದೆಂಬ ಆಶಾಭಾವನೆಯನ್ನು ಬಿತ್ತಲು ಸಾಧ್ಯವಾಗುತ್ತದೆ.

ಅಧ್ಯಾಯ ಹತ್ತು

ಎಂದಿಗೂ, ಯಾವತ್ತೂ ಬಿಟ್ಟು ಹೋಗದಿರಿ!

ನೀವು ಜಗತ್ತನ್ನು ಬದಲಿಸಬೇಕೆಂದುಕೊಂಡರೆ...

ಯಾವತ್ತೂ ಗಂಟೆ ಬಾರಿಸಬೇಡಿ.

ನಾನು ಅಟೆಂಶನ್ ಆಗಿ ನನ್ನ ಇತರ 150 ಸಹಪಾಠಿಗಳ ಜೊತೆಗೆ ನಿಂತೆ, ಅದು ಸೀಲ್ ಟ್ರೈನಿಂಗ್‌ನ ಪ್ರಥಮ ದಿನವಾಗಿತ್ತು. ಬೋಧಕರು, ಯುದ್ಧದ ಬೂಟನ್ನು ತೊಟ್ಟಿದ್ದರು, ಖಾಕಿ ಚೆಡ್ಡಿ ಮತ್ತು ನೀಲ ಹಾಗೂ ಚಿನ್ನದ ಬಣ್ಣದ ಟೀ ಷರ್ಟ್‌ನ್ನು ಧರಿಸಿದ್ದರು. ಅವರು ಉದ್ದಕ್ಕಿರುವ ಡಾಂಬರು ಹಾಕಿದ ಅಂಗಳದಲ್ಲಿ ನಡೆದು ಬಂದರು. ಆ ಅಂಗಳದ ತುತ್ತತುದಿಯಲ್ಲಿ ಎಲ್ಲರಿಗೂ ಕಾಣುವ ಹಾಗೆ ದೊಡ್ಡ ಹಿತ್ತಾಳೆ ಗಂಟೆಯನ್ನು ತೂಗುಹಾಕಲಾಗಿತ್ತು.

"ಜಂಟಲ್‌ಮನ್," ಆತ ಶುರು ಮಾಡಿದರು. "ಈವೊತ್ತು ಸೀಲ್ ಟ್ರೈನಿಂಗ್‌ನ ಮೊದಲ ದಿನ. ಮುಂದಿನ ಆರು ತಿಂಗಳ ಕಾಲ ಅಮೆರಿಕನ್ ಮಿಲಿಟರಿಯ ಅತ್ಯಂತ ಕಠಿಣತಮ ತರಬೇತಿಯನ್ನು ನೀವು ಪಡೆಯುವವರಿದ್ದೀರಿ."

ನಾನೊಮ್ಮೆ ಸುತ್ತಲೂ ಕಣ್ಣೋಡಿಸಿದೆ. ನನ್ನ ಸಹಪಾಠಿಗಳಲ್ಲಿ ಅದೇನೋ ಸಂದಿಗ್ಧತೆ ತಲೆದೋರಿರುವುದನ್ನು ಗಮನಿಸಿದೆ.

ಬೋಧಕರು ಮುಂದುವರಿದು, "ನಿಮ್ಮ ಬದುಕಿನಲ್ಲಿ ಎಂದೂ ಕಂಡಿರದ ರೀತಿಯಲ್ಲಿ ನಿಮ್ಮನ್ನು ಪರೀಕ್ಷೆಗೆ ಹಚ್ಚಲಾಗುವುದು." ತುಸು ತಡೆದು, ಆತ ಕ್ಲಾಸಿನ ಪೂರ್ತಿ ಒಮ್ಮೆ ಕಣ್ಣೋಡಿಸಿ ಹೇಳಿದರು, "ಗೊದಮೊಟ್ಟೆಗಳು. ನಿಮ್ಮಲ್ಲಿ ಹೆಚ್ಚಿನವರು ಇದನ್ನು ಪೂರ್ತಿ ಮಾಡುವುದು ಸಾಧ್ಯವಿಲ್ಲ. ಅದನ್ನು ನಾನು ನೋಡಬೇಕು." ಆತ ನಕ್ಕರು.

"ನಾನು ನನ್ನ ಎಲ್ಲಾ ಅಧಿಕಾರವನ್ನು ಉಪಯೋಗಿಸಿ ನೀವು ಈ ತರಬೇತಿಯನ್ನು ಬಿಟ್ಟುಹೋಗುವಂತೆ ನೋಡಿಕೊಳ್ಳುತ್ತೇನೆ!" ಆ ಕೊನೆಯ ಮೂರು ಶಬ್ದಗಳ ಮೇಲೆ ತುಸು ಹೆಚ್ಚು ಒತ್ತನ್ನು ಆತ ನೀಡಿದ್ದರು. "ನಾನು ನಿಮಗೆ ನಿರ್ದಾಕ್ಷಿಣ್ಯವಾಗಿ ಎಷ್ಟು ಸಾಧ್ಯವೋ ಅಷ್ಟು ಕಿರುಕುಳ ಕೊಡಲು ಯತ್ನಿಸುತ್ತೇನೆ. ನೀವು ನಿಮ್ಮ ಸಹಪಾಠಿಗಳ ಎದುರು ಮುಜುಗುರ ಪಡುವಂತೆ ನೋಡಿಕೊಳ್ಳುತ್ತೇನೆ. ನಿಮ್ಮ ಮಿತಿಯನ್ನೆಲ್ಲ ಮೀರಿ ಹೋಗುವಂತೆ ನಾನು ನಿಮ್ಮನ್ನು ನೂಕಿಬಿಡುತ್ತೇನೆ." ನಂತರ ಆತ ಸ್ವಲ್ಪ ಹಲ್ಲುಕಿರಿದು ಹೇಳಿದರು, "ಮತ್ತು ಅದರಲ್ಲಿ ಸಾಕಷ್ಟು ನೋವು ಇದ್ದಿರುತ್ತದೆ. ಸಾಕಷ್ಟು ಮತ್ತಷ್ಟು ನೋವು."

ಗಂಟೆಯನ್ನು ಸೆಳೆದುಕೊಂಡು ಅದರ ದಾರವನ್ನು ಹಿಡಿದೆಳೆದು ಆತ ಜೋರಾಗಿ ಬಾರಿಸಿದರು. ಆ ಸದ್ದು ಅಂಗಣದ ವಾತಾವರಣವನ್ನೆಲ್ಲ ವ್ಯಾಪಿಸಿ ರಣಕಹಳೆಯನ್ನು ಮೊಳಗಿಸಿತು. "ಆದರೆ ನೀವು ನೋವನ್ನು ಅನುಭವಿಸಲು ಸಿದ್ಧರಿರದಿದ್ದರೆ, ಕಿರುಕುಳವನ್ನು ಸಹಿಸಲಾಗದಿದ್ದರೆ, ಅದಕ್ಕೊಂದು ಸುಲಭವಾದ ಮಾರ್ಗವಿದೆ." ಆತ ಮತ್ತೊಮ್ಮೆ ಗಂಟೆಯ ದಾರವನ್ನು ಹಿಡಿದೆಳೆದು ಬಾರಿಸಿದರು. ಮತ್ತೊಮ್ಮೆ ಆ ಸದ್ದು ಸುತ್ತಲಿನ ಕಟ್ಟಡಗಳಲ್ಲಿ ಪ್ರತಿಧ್ವನಿಸಿತು. "ನೀವಿಷ್ಟೇ ಮಾಡಬೇಕಿರುವುದು. ನೀವು ಇದನ್ನು ಬಿಟ್ಟು ಹೋಗಬೇಕೆಂದಿದ್ದರೆ ಈ ಗಂಟೆಯನ್ನು ಮೂರು ಸಲ ಬಾರಿಸಿದರೆ ಸಾಕು."

ಆತ ಆ ಗಂಟೆಯ ದಾರವನ್ನು ಬಿಟ್ಟರು. "ಬೆಲ್‌ನ್ನು ಬಾರಿಸಿ, ನೀವು ಮುಂಜಾನೆ ಏಳುವ ಕಸರತ್ತು ಇಲ್ಲ. ಬೆಲ್‌ನ್ನು ಬಾರಿಸಿ, ದೀರ್ಘ ಓಟದ, ಶೀತ ಈಜಾಟದ ಅಥವಾ ತಡೆಯೋಟಗಳ ಕಾಟವಿಲ್ಲ. ಬೆಲ್‌ನ್ನು ಬಾರಿಸಿ, ನೀವು ಈ ಎಲ್ಲಾ ನೋವುಗಳಿಂದ ಮುಕ್ತರಾಗಬಹುದು."

ನಂತರ ಬೋಧಕರು ಕೆಳಗೆ ಡಾಂಬರು ರಸ್ತೆಯ ಕಡೆಗೆ ನೋಡಿದರು ಮತ್ತು ತಮ್ಮ ಏಕಪಾತ್ರಾಭಿನಯವನ್ನು ಮುಗಿಸುವ ಹಂತಕ್ಕೆ ಬಂದರು.

"ಆದರೆ ನಾನೊಂದು ಹೇಳಬೇಕಿದೆ," ಆತ ಅಂದರು. "ನೀವು ಬಿಟ್ಟು ಹೋದರೆ, ನಿಮ್ಮ ಜೀವನ ಪರ್ಯಂತ ಪರಿತಪಿಸಬೇಕಾಗುತ್ತದೆ. ಬಿಟ್ಟುಹೋಗುವುದು ಅಷ್ಟೇನೂ ಸುಲಭಸಾಧ್ಯವಾದ ಪರಿಕ್ರಮವಲ್ಲ."

ಆರು ತಿಂಗಳ ಬಳಿಕ ಪದವಿ ಸ್ವೀಕಾರಕ್ಕಾಗಿ ನಾವು ಕೇವಲ ಮೂವತ್ತಮೂರು ಮಂದಿ ಮಾತ್ರ ಉಳಿದಿದ್ದೆವು. ಕೆಲವರು ಸುಲಭವಾದ ಮಾರ್ಗವನ್ನು ಆಯ್ದುಕೊಂಡಿದ್ದರು. ಆದರೆ ನನ್ನ ಪ್ರಕಾರ, ಬೋಧಕರು ಅಂದಂತೆ ಅವರು ತಮ್ಮ ಜೀವಮಾನವಿಡೀ ಪರಿತಪಿಸುವ ಪ್ರಮೇಯ ಒದಗಿ ಬಂದಿರಬಹುದು.

ಸೀಲ್ ಟ್ರೈನಿಂಗ್‌ನಲ್ಲಿ ನಾನು ಕಲಿತ ಅತ್ಯಂತ ಪ್ರಮುಖವಾದ ಪಾಠವೆಂದರೆ, ಎಂದಿಗೂ ಬಿಟ್ಟುಹೋಗಬಾರದು. ಇದು ತುಸು ಅತಿಶಯವಾಗಿ ತೋರಿಬರಬಹುದು, ಆದರೆ ಬದುಕು ನಿಮ್ಮನ್ನು ನಿರಂತರವಾಗಿ ನೀವು ಬಿಟ್ಟುಹೋಗುವಂತಹ ಸನ್ನಿವೇಶಗಳಿಗೇ ತಳ್ಳುತ್ತಿರುತ್ತದೆ, ಅದು ಮುಂದುವರಿಸಿ ಹೋಗುವುದಕ್ಕಿಂತ ಬಹಳಷ್ಟು ಸುಲಭವೆನಿಸುತ್ತದೆ. ಯಾವಾಗ ವಿರೋಧಾತ್ಮಕ ವಿಷಯಗಳು ನಿಮ್ಮೆದುರು ಪೇರಿಸಿಟ್ಟಂತೆ ಕಂಡು ಬಂದಾಗ ಬಿಟ್ಟುಬಿಡುವುದೇ ಕ್ಷೇಮವೆಂದು ಅನ್ನಿಸಬಹುದು.

ನನ್ನ ವೃತ್ತಿ ಜೀವನದಾದ್ಯಂತ, ಬಿಟ್ಟುಹೋಗಲು ಸಿದ್ಧರಿರದ ವ್ಯಕ್ತಿಗಳ ಆದರ್ಶ ಬದುಕು ಸ್ಫೂರ್ತಿದಾಯಕವಾಗಿದ್ದವು. ತಾವು ಮುಂದೆ ಪರಿತಪಿಸುವುದನ್ನು ಅವರು ಎಂದಿಗೂ ಸಹಿಸದವರಾಗಿದ್ದರು. ಆದರೆ ಅಫ್ಘಾನಿಸ್ತಾನದ ಆಸ್ಪತ್ರೆಯೊಂದರಲ್ಲಿ ನಾನು ಭೇಟಿಯಾಗಿದ್ದ ಓರ್ವ ಯುವ ಆರ್ಮಿ ರೇಂಜರ್ ಅವರನ್ನೆಲ್ಲ ಮೀರಿಸಿದ್ದ ಎನ್ನಬೇಕು.

ಒಂದು ತಡರಾತ್ರಿ ನಾನೊಂದು ವಾರ್ತೆ ಸ್ವೀಕರಿಸಿದೆ– ನನ್ನ ಸೈನಿಕನೊಬ್ಬ

ಗಣಿಯೊಂದರ ಪ್ರೆಶರ್ ಪ್ಲೇಟ್‌ನಿಂದ ದುರಂತಕ್ಕೆ ಈಡಾದ. ನನ್ನ ಮುಖ್ಯ ಕಾರ್ಯಾಲಯದ ಸಮೀಪದ ಆಸ್ಪತ್ರೆಯಲ್ಲಿ ಆತನನ್ನು ದಾಖಲಿಸಲಾಯಿತು. ರೇಂಜರ್ ರೆಜಿಮೆಂಟಲ್ ಕಮಾಂಡರ್ ಕರ್ನಲ್ ಎರಿಕ್ ಕುರಿಲ್ಲಾ ಮತ್ತು ನಾನು ತಕ್ಷಣ ಆಸ್ಪತ್ರೆಯತ್ತ ಓಡಿದೆವು. ಸೈನಿಕನ ಕೊಠಡಿ ಹೊಕ್ಕೆವು.

ಸೈನಿಕನನ್ನು ಆಸ್ಪತ್ರೆಯ ಹಾಸಿಗೆ ಮೇಲೆ ಮಲಗಿಸಲಾಗಿತ್ತು, ಎದೆ, ಬಾಯಿ ಮತ್ತು ಮುಖದ ತುಂಬ ಟ್ಯೂಬ್‌ಗಳನ್ನು ಸಿಕ್ಕಿಸಲಾಗಿತ್ತು. ಆತನ ಕಾಲುಗಳನ್ನು ಹೊದಿಸಿದ್ದ ಭಾಗದ ಬ್ಲ್ಯಾಂಕೆಟ್ ಹಾಸಿಗೆಯ ಸಮತಲಕ್ಕಿತ್ತು. ಆತನ ಬದುಕು ಎಂದೆಂದಿಗೂ ಬದಲಾಗಿ ಬಿಟ್ಟಿತ್ತು.

ಅಫ್ಘಾನಿಸ್ತಾನದ ಆಸ್ಪತ್ರೆಗಳಿಗೆ ನಾನು ಹಲವು ಸಾರಿ ಭೇಟಿ ನೀಡಿದ್ದಿದೆ. ಯುದ್ಧಕಾಲದ ನಾಯಕನ ನೆಲೆಯಲ್ಲಿ ಮಾನವ ಬೇಗುದಿಯನ್ನು ಅಷ್ಟೊಂದು ಹಚ್ಚಿಕೊಳ್ಳುವ ಸ್ಥಿತಿಯಲ್ಲಿ ನಾನಿದ್ದಿರಲಿಲ್ಲ. ಅದು ಯುದ್ಧಕಾಲದ ಒಂದು ಭಾಗವಾಗಿ ಪರಿಗಣಿಸಲಾಗುತ್ತಿತ್ತು. ಸೈನಿಕರು ಗಾಯಗೊಳ್ಳುತ್ತಿದ್ದರು. ಸೈನಿಕರು ಸಾವನ್ನಪ್ಪುವುದು ಸಾಮಾನ್ಯವಾಗಿತ್ತು. ನೀವು ಪ್ರತಿಯೊಂದು ದುರಂತವನ್ನು ನಿಮ್ಮ ನಿರ್ಧಾರಕ್ಕೆ ಅನುವಾಗಿಸುವುದು ಸಾಧ್ಯವಿರುತ್ತಿರಲಿಲ್ಲ.

ಆದರೆ ಈ ದಿವಸದ ರಾತ್ರಿ ಬೇರೆಯೇ ಆಗಿತ್ತು. ನನ್ನೆದುರು ಮಲಗಿದ್ದ ರೇಂಜರ್ ನನ್ನ ಇಬ್ಬರು ಮಕ್ಕಳಿಗಿಂತ ಚಿಕ್ಕವನಿದ್ದ. ಆತ ಹತ್ತೊಂಭತ್ತು ವರ್ಷದವನಿದ್ದ. ಅವನ ಹೆಸರು ಆ್ಯಡಮ್ ಬ್ಯಾಟ್ಸ್. ಆತ ಅಫ್ಘಾನಿಸ್ತಾನಕ್ಕೆ ಬಂದು ಕೇವಲ ಒಂದು ವಾರವಷ್ಟೇ ಆಗಿತ್ತು. ದುರಂತ ಹೀಗೆ ಅವನ ಮೊದಲ ಹೋರಾಟದಲ್ಲೇ ಸಂಭವಿಸಿತ್ತು. ನಾನು ಆತನ ಕಡೆಗೆ ಬಾಗಿ ಅವನ ಭುಜವನ್ನು ಸ್ಪರ್ಶಿಸಿದೆ. ಅವನಿಗೆ ಸ್ಮೃತಿಯಿದ್ದಿರಲಿಲ್ಲ. ನಾನು ಒಂದು ನಿಮಿಷ ಮೌನತಾಳಿ ಒಂದು ಪ್ರಾರ್ಥನೆಯನ್ನು ಸಲ್ಲಿಸಿದೆ, ಮತ್ತು ಅಲ್ಲಿಂದ ಹಿಂದಿರುಗಲು ಅನುವಾದೆ. ಅಷ್ಟರಲ್ಲಿ ನರ್ಸ್‌ವೊಬ್ಬಳು

ಅಲ್ಲಿಗೆ ಓಡೋಡಿ ಬಂದಳು. ಅವಳು ನನ್ನ ಸೈನಿಕನನ್ನೇ ಪರೀಕ್ಷಿಸಲು ಬಂದಿದ್ದಳು.

ಆಕೆ ನಕ್ಕಳು, ಆತನ ಪಲ್ಸ್ ಪರೀಕ್ಷಿಸಿದಳು ಮತ್ತು ಆತನ ಸ್ಥಿತಿಯ ಬಗ್ಗೆ ಏನಾದರೂ ಕೇಳಬೇಕೆನಿಸಿದೆಯೇ ಎಂದು ನನ್ನನ್ನು ಕೇಳಿದಳು. ಆತನ ಎರಡು ಕಾಲುಗಳನ್ನೂ ಕತ್ತರಿಸಲಾಗಿದ್ದು ಸ್ಫೋಟದ ಕಾರಣದಿಂದ ಹಾಗಾಗಿತ್ತು ಎಂದಳು. ಆದರೆ ಆತ ಬದುಕಿ ಉಳಿಯುವ ಸಾಧ್ಯತೆಯಿದೆ ಎಂದು ಹೇಳಿದಳು.

ಆಕೆಯ ಕಾಳಜಿಗಾಗಿ ನಾನು ಧನ್ಯವಾದ ಹೇಳಿ, ಆತನಿಗೆ ಸ್ಮೃತಿ ಬಂದ ಬಳಿಕ ತಿರುಗಿ ಬರುವೆನೆಂದೆ. "ಓಹ್! ಆತನಿಗೆ ಪ್ರಜ್ಞೆಯಿದೆ," ಆಕೆ ಅಂದಳು. "ನೀವು ಅವನೊಂದಿಗೆ ಮಾತಾಡುವುದು ಶ್ರೇಯಸ್ಕರ," ಎಂದಳು. ಆಕೆ ಮೆಲ್ಲನೆ ರೇಂಜರ್‌ನ ಕೈಯನ್ನು ಮುಟ್ಟಿ ಅಲುಗಾಡಿಸಿದಳು. ಆತ ತನ್ನ ಕಣ್ಣುಗಳನ್ನು ಸ್ವಲ್ಪ ತೆರೆದು ನನ್ನ ಹಾಜರಿಯನ್ನು ಗಣನೆಗೆ ತೆಗೆದುಕೊಂಡಂತಾಯಿತು.

"ಆತನಿಗೆ ಸದ್ಯ ಮಾತನಾಡಲು ಆಗುತ್ತಿಲ್ಲ," ನರ್ಸ್ ಹೇಳಿದಳು. "ಅವನ ತಾಯಿ ಕಿವುಡಿಯಿದ್ದಳು. ಹಾಗಾಗಿ ಅವನಿಗೆ ಮುದ್ರೆಯ ಮೂಲಕ ಸಂವೇದಿಸುವುದಕ್ಕೆ ಬರುತ್ತದೆ," ಎಂದಳು. ನರ್ಸ್ ನನ್ನತ್ತ ಒಂದು ಕಾಗದದ ಹಾಳೆಯನ್ನು ಚಾಚಿದಳು, ಅದರಲ್ಲಿ ವಿವಿಧ ಸಂಕೇತಗಳಿದ್ದವು.

ನಾನು ಒಂದು ನಿಮಿಷದ ವರೆಗೆ ಮಾತಾಡಿದೆ. ಯುವಕನೊಬ್ಬ ತನ್ನ ದೇಶಕ್ಕಾಗಿ ಸೇವೆ ಸಲ್ಲಿಸುವ ಸಂದರ್ಭ ತನ್ನ ಎರಡೂ ಕಾಲುಗಳನ್ನು ಕಳೆದುಕೊಂಡಿರುವಾಗ ಏನು ತಾನೇ ಹೇಳಲು ಸಾಧ್ಯ? ಅವನ ಭವಿಷ್ಯವನ್ನು ಹೇಗೆ ರೂಪಿಸಿಕೊಳ್ಳಬಹುದೆಂದು ಯಾವ ರೀತಿಯಲ್ಲಿ ಹೇಳುವುದು?

ಸ್ಫೋಟದ ಪರಿಣಾಮ ಬ್ಯಾಟ್ಸ್‌ನ ಮುಖ ಊದಿಕೊಂಡಿತ್ತು.

ಕಣ್ಣುಗಳು ಬ್ಯಾಂಡೇಜ್ ಮತ್ತು ಬಾತಿನ ಕಾರಣಗಳಿಂದಾಗಿ ಸರಿಯಾಗಿ ವ್ಯಕ್ತವಾಗುತ್ತಿರಲಿಲ್ಲ, ಕ್ಷಣಕಾಲ ಆತ ನನ್ನೆಡೆಗೆ ದೃಷ್ಟಿಬೀರಿದ. ನನ್ನ ಮುಖದಲ್ಲಿನ ಕರುಣೆಯನ್ನು ಅವನು ಕಂಡಿರಬೇಕು.

ಆತ ತನ್ನ ಕೈಯನ್ನು ಮೇಲಕ್ಕೆತ್ತಿ ಮುದ್ರೆಯ ಮೂಲಕ ಹೇಳಲು ಯತ್ನಿಸಿದ.

ಅವನು ನೀಡಿದ ಸಂಕೇತಗಳನ್ನು ನಾನು ನನ್ನ ಕೈಲಿದ್ದ ಕಾಗದದ ಹಾಳೆಯಲ್ಲಿನ ಸಂಕೇತಗಳಿಗೆ ಹೊಂದಿಸಿ ನೋಡಿದೆ. ನಿಧಾನವಾಗಿ ಮತ್ತು ನೋವಿನ ಜೊತೆಗೆ ಆತ ಸಂಕೇತಿಸಿದ, "ನಾನು–ಖಂಡಿತ–ಗುಣಮುಖ–ನಾಗುವೆ." ಮತ್ತೆ ಆತ ಮೊದಲಿನ ಹಾಗೆ ನಿದ್ದೆಗೆ ಹೋದ.

ಅಂದು ನಾನು ಆಸ್ಪತ್ರೆಯಿಂದ ಹಿಂದಿರುಗಿದಾಗ ನನಗೆ ದುಃಖ ಒತ್ತರಿಸಿ ಬಂದು ನನ್ನ ಅಳುವನ್ನು ತಡೆಯಲಾಗಲಿಲ್ಲ. ನೂರಾರು ಮಂದಿಯನ್ನು ನಾನು ಆಸ್ಪತ್ರೆಯಲ್ಲಿ ಭೇಟಿಯಾಗಿದ್ದರೂ ಎಂದಿಗೂ ಯಾರೂ ಯಾವುದೇ ದೂರನ್ನು ಹೇಳಿದವರಲ್ಲ. ಒಂದೇ ಒಂದು ಸಾರಿ ಕೂಡಾ ಇರಲಿಲ್ಲ. ಅವರು ತಮ್ಮ ಸೇವೆಯ ಬಗೆಗೆ ಹೆಮ್ಮೆಯನ್ನು ಹೊಂದಿದ್ದರು. ಅವರು ತಮ್ಮ ದುರಾದೃಷ್ಟವನ್ನು ಸ್ವೀಕರಿಸಿದಂತಿರುತ್ತಿತ್ತು. ತಾವು ಮತ್ತೆ ಹಿಂದಕ್ಕೆ ಬಿಟ್ಟು ಬಂದ ತಮ್ಮ ತಂಡಕ್ಕೆ ಯಾವಾಗ ಹಿಂದಿರುಗಿ ಸೇರುತ್ತೇವೋ ಎಂದು ಆಕಾಂಕ್ಷೆಯನ್ನು ವ್ಯಕ್ತಪಡಿಸುತ್ತಿದ್ದರು. ಬ್ಯಾಟ್ಸ್ ಅವರೆಲ್ಲರನ್ನು ಪ್ರತಿನಿಧೀಕರಿಸಿದಂತಿತ್ತು.

ಅಫ್ಘಾನಿಸ್ತಾನದ ಆಸ್ಪತ್ರೆಯ ಈ ಭೇಟಿಯ ಒಂದು ವರ್ಷದ ಬಳಿಕ ನಾನು ಎಪ್ಪತ್ತೈದನೇ ರೇಂಜರ್ ರೆಜಿಮೆಂಟಲ್ ಚೇಂಜ್ ಆಫ್ ಕಮಾಂಡ್‌ಗೆ ಹೋಗಿದ್ದೆ. ಅಲ್ಲಿ ರೇಂಜರ್ ಬ್ಯಾಟ್ಸ್ ಇದ್ದ, ತನ್ನ ಶುಭ್ರ ಸಮವಸ್ತ್ರದಲ್ಲಿ ಎದ್ದು ಕಾಣುತ್ತಿದ್ದ, ಹೊಸ ಪ್ರೊಸ್ತೇಟಿಕ್ ಕಾಲುಗಳಲ್ಲಿ ಆತ ನೆಟ್ಟಗೆ ನಿಂತುಬಿಟ್ಟಿದ್ದ. ಅವನು ತನ್ನ ಓರಗೆಯ ಅನೇಕ ರೇಂಜರ್‌ಗಳಿಗೆ ಸವಾಲೊಡ್ಡಿದ ಪ್ರಸಂಗಗಳ ಬಗೆಗೆ ಕೇಳಿಸಿಕೊಂಡೆ.

ಇಷ್ಟೆಲ್ಲ ಕಷ್ಟಗಳನ್ನು ಹಾದು ಬಂದು– ಬಹುತರದ ಶಸ್ತ್ರಚಿಕಿತ್ಸೆ, ನೋವಿನಿಂದ ಕೂಡಿದ ಪುನರ್ವಸತಿ, ಹೊಸ ಬದುಕಿಗೆ ಒಗ್ಗಿಕೊಳ್ಳುವ ಬೇಗುದಿ– ಆತ ಎಂದಿಗೂ ತನ್ನ ಕಾಯಕವನ್ನು ಬಿಟ್ಟು ಹೋಗಿರಲಿಲ್ಲ. ಆತ ನಗುತ್ತಿದ್ದ, ತಮಾಷೆಯಾಡುತ್ತಿದ್ದ, ಮಂದಹಾಸ ಬೀರುತ್ತಿದ್ದ– ನನಗೆ ನೀಡಿದ ಭಾಷೆಯಂತೆ ಅವನು 'ಓಕೆ' ಇದ್ದ! ಬದುಕಿನ ತುಂಬಾ ಕಷ್ಟಗಳೇ ತುಂಬಿರುತ್ತವೆ.

ನಿಮಗಿಂತಲೂ ಹೆಚ್ಚು ಸಂಕಟಪಡುವವರು ಇರುತ್ತಾರೆ. ನೀವು ನಿಮ್ಮ ದಿನಗಳನ್ನು ಕಾರುಣ್ಯಕ್ಕೆ ಒಡ್ಡುತ್ತಿದ್ದರೆ, ನಿಮ್ಮನ್ನು ನಡೆಸಿಕೊಳ್ಳುವ ರೀತಿಗೆ ಮರುಗುತ್ತಿದ್ದರೆ, ನಿಮ್ಮ ಬದುಕಿನ ದಾರುಣ ಸ್ಥಿತಿಗೆ ಬೇರೆಯವರನ್ನಾಗಲೀ, ಬೇರೆ ವಿಷಯಗಳನ್ನಾಗಲೀ ದೂರುತ್ತಿದ್ದರೆ, ಬದುಕು ದೀರ್ಘವಾಗುತ್ತದೆ ಮತ್ತು ಕಠಿಣವೂ ಆಗಿ ಪರಿಣಮಿಸುತ್ತದೆ. ಅದೇ ವೇಳೆ, ನಿಮ್ಮ ಕನಸುಗಳನ್ನು ಬಿಟ್ಟುಕೊಡದೆ, ಎಡರು–ತೊಡರುಗಳ ವಿರುದ್ಧವಾಗಿ ಸೆಟೆದು ನಿಲ್ಲುವಂತಿದ್ದರೆ– ಬದುಕು ಆಹ್ಲಾದಕರವಾಗುತ್ತದೆ– ಅದು ಮಹತ್ವದ್ದಾಗಿ ಪರಿಣಮಿಸುತ್ತದೆ. ಯಾವತ್ತೂ, ಎಂದಿಗೂ, ಆ ಹಿತ್ತಾಳೆ ಗಂಟೆಯನ್ನು ಬಾರಿಸಬೇಡಿ!

ನೆನಪಿಡಿ...ಪ್ರತಿದಿನವನ್ನೂ ಒಂದು ಕಾರ್ಯಭಾರವನ್ನು ಪೂರ್ತಿಗೊಳಿಸುವುದರೊಂದಿಗೆ ದಿನವನ್ನು ಪ್ರಾರಂಭಿಸಿ. ಬದುಕಿನಲ್ಲಿ ನಿಮ್ಮ ಸಹಾಯಕ್ಕೆ ಬೇರೊಬ್ಬರು ಇದ್ದಿರಲಿ. ಪ್ರತಿಯೊಬ್ಬರಿಗೂ ಗೌರವದಿಂದ ನೋಡಿ. ಬದುಕು ಅಸಹನೀಯ ಮತ್ತು ನಿಮ್ಮನ್ನು ಸದಾ ಕೈಬಿಡುವ ಹಾಗಿರುತ್ತದೆ. ಆದರೆ ನೀವು ಕೆಲವು ಅಪಾಯಗಳನ್ನು ಎದುರಿಸಲು ತಯಾರಿದ್ದರೆ, ಅತ್ಯಂತ ಕಠಿಣ ಸನ್ನಿವೇಶಗಳನ್ನು ಕೂಡಾ ನೀವು ಎದುರಿಸಲು ಶಕ್ತರಾಗುತ್ತೀರಿ. ಮುಂಡರನ್ನು ಹತ್ತಿಕ್ಕುತ್ತೀರಿ, ಕೆಳಕ್ಕೆ

ಬಿದ್ದವರನ್ನು ಮೇಲೆತ್ತಲು ನಿಮಗೆ ಸಾಧ್ಯವಾಗುತ್ತದೆ, ಆದರೆ ಯಾವತ್ತೂ ನಿಮ್ಮ ಕಾಯಕವನ್ನು ಬಿಟ್ಟು ಹೊರಟು ಹೋಗುವುದು ಬೇಡ– ಹೀಗೆ ಮಾಡುತ್ತಲಿದ್ದರೆ ನಿಮ್ಮ ಬದುಕು ಬದಲಾಗುತ್ತದೆ ಉತ್ತಮವಾಗುತ್ತದೆ... ಪ್ರಾಯಶಃ ನೀವು ಜಗತ್ತನ್ನು ಕೂಡಾ ಬದಲಿಸಲು ಸಾಧ್ಯವಾಗುತ್ತದೆ!

ಟೆಕ್ಸಾಸ್ ವಿಶ್ವವಿದ್ಯಾಲಯದ ಪ್ರಾರಂಭೋತ್ಸವದ ದಿನದ ಭಾಷಣ

ಮೇ 17, 2014

ಈ ವಿಶ್ವವಿದ್ಯಾಲಯುದ ಘೋಷವಾಕ್ಯವೆಂದರೆ, "ಇಲ್ಲೇನು ಶುರುವಾಗುತ್ತೋ ಅದು ಜಗತ್ತನ್ನೇ ಬದಲಿಸುತ್ತದೆ."

ನನಗೆ ಸರ್ವಸಮ್ಮತವಿದೆ, ಇಷ್ಟವೂ ಹೌದು. "ಇಲ್ಲೇನು ಶುರುವಾಗುತ್ತದೆಯೋ ಅದು ವಿಶ್ವವನ್ನೇ ಬದಲಿಸುತ್ತದೆ!" ಈವೊತ್ತು ರಾತ್ರಿ ಹೆಚ್ಚುಕಡಿಮೆ ಎಂಟು ಸಾವಿರ ಮಂದಿ ಟೆಕ್ಸಾಸ್ ವಿಶ್ವ ವಿದ್ಯಾಲಯದಿಂದ ಪದವೀಧರರಾಗುತ್ತಿದ್ದಾರೆ. ಉತ್ಕೃಷ್ಟ ವಿಶ್ಲೇಷಣೆಗೆ ಹೆಸರಾದ Ask.com ಹೇಳುವುದೇನೆಂದರೆ, ಒಬ್ಬ ಸರಾಸರಿ ಅಮೆರಿಕನ್ ತನ್ನ ಜೀವಮಾನದಲ್ಲಿ ಹತ್ತು ಸಾವಿರ ಮಂದಿಯನ್ನು ಭೇಟಿಯಾಗುತ್ತಾನೆ. ಅದೊಂದು ದೊಡ್ಡ ಸಂಖ್ಯೆಯೇ. ಆದರೆ, ನಿಮ್ಮಲ್ಲಿ ಒಬ್ಬ ಹತ್ತು ಮಂದಿಯ ಬದುಕನ್ನು ಬದಲಿಸಿದರೆ, ಮತ್ತು ಅವರಲ್ಲಿ ಪ್ರತಿಯೊಬ್ಬರು ಹತ್ತು ಮಂದಿಯ ಬದುಕನ್ನು ಬದಲಿಸಿದರೆ–ಬರೀ ಹತ್ತು ಮಂದಿ– ನಂತರದ ಐದು ಪೀಳಿಗೆಯಲ್ಲಿ– 125 ವರ್ಷಗಳಲ್ಲಿ–2014ರ ಕ್ಲಾಸಿನ ಮಂದಿ 800 ಮಿಲಿಯನ್ ಜನರ ಬದುಕನ್ನು ಬದಲಿಸಲು ಸಾಧ್ಯವಿರುತ್ತದೆ.

ಎಂಟು ಸಾವಿರ ಮಿಲಿಯನ್ ಜನರು. ಯೋಚಿಸಿ ನೋಡಿ: ಅಮೆರಿಕಾದ ಜನಸಂಖ್ಯೆಯ ಎರಡುಪಟ್ಟು. ಇನ್ನೊಂದು ಪೀಳಿಗೆಗೆ ಸಾಗಿ ಮತ್ತು ನೀವು ಸಂಪೂರ್ಣ ಜಗತ್ತನ್ನೇ ಬದಲಿಸಲು ಸಾಧ್ಯ. ಜಗತ್ತಿನ ಪೂರ್ತಿ ಜನಸಂಖ್ಯೆ, ಎಂಟು ಬಿಲಿಯನ್ ಜನರು. ಹತ್ತು ಮಂದಿಯ ಬದುಕನ್ನು ಬದಲಿಸುವುದು ಕಠಿಣವೆಂದು ನೀವು ಬಗೆದರೆ, ನಿಮ್ಮ ಊಹೆ ತಪ್ಪು.

ಅದು ಇರಾಕ್ ಮತ್ತು ಅಫ್ಘಾನಿಸ್ತಾನದಲ್ಲಿ ನಾನು ಪ್ರತಿದಿನ ನೋಡುತ್ತ ಬಂದವನು. ಓರ್ವ ಯುವ ಪ್ರಾಯದ ಆರ್ಮಿ ಆಫೀಸರ್ ಬಾಗ್ದಾದ್‌ನಲ್ಲಿ ತನ್ನ ತಂಡವನ್ನು ಬಲಕ್ಕೆ ತಿರುಗಿಸುವ ಬದಲು ಎಡಕ್ಕೆ ತಿರುಗಿಸುವ ನಿರ್ಧಾರ ತೆಗೆದುಕೊಂಡು ಹಠಾತ್ ಆಕ್ರಮಣದಿಂದ ಹತ್ತು ಮಂದಿ ಸೈನಿಕರ ಜೀವ ಉಳಿಸುತ್ತಾನೆ.

ಅಫ್ಘಾನಿಸ್ತಾನದ ಕಂದಹಾರ್ ಸಂಸ್ಥಾನದ ಫಿಮೇಲ್ ಎಂಗೇಜ್‌ಮೆಂಟ್ ತಂಡದ ಓರ್ವ ನಾನ್-ಕಮಿಷನ್ಡ್ ಆಫೀಸರ್, ಅದೇನೋ ಸರಿಯಾಗಿಲ್ಲವೆಂದು ಗ್ರಹಿಸಿ, ತನ್ನ ಪದಾತಿ ಸೈನಿಕದಳವನ್ನು ಐನೂರು-ಪೌಂಡ್ ಐಇಡಿ(IED)ಯಿಂದ ದೂರಕ್ಕೆ ಒಯ್ದಾಗ ಆಕೆ ಒಂದು ಡಜ಼ನ್ ಸೈನಿಕರ ಪ್ರಾಣವನ್ನು ಉಳಿಸುತ್ತಾಳೆ.

ಆದರೆ ನೀವು ಹೀಗೆ ಚಿಂತಿಸಿ, ಒಬ್ಬ ವ್ಯಕ್ತಿಯ ನಿರ್ಧಾರದಿಂದ ಈ ಸೈನಿಕರನ್ನು ಮಾತ್ರವೇ ರಕ್ಷಿಸಿದ್ದಲ್ಲ, ಮುಂದೆ ಅವರಿಗೆ ಹುಟ್ಟಲಿರುವ ಮಕ್ಕಳನ್ನೂ ರಕ್ಷಿಸಿದಂತಾಗಿರುತ್ತದೆ. ಮತ್ತು ಅವರ ಮಕ್ಕಳ ಮಕ್ಕಳನ್ನು ರಕ್ಷಿಸಿದಂತಾಗುತ್ತದೆ. ಒಬ್ಬ ವ್ಯಕ್ತಿಯ ಒಂದು ನಿರ್ಧಾರದಿಂದ ಒಂದು ಪೀಳಿಗೆಯನ್ನೇ ರಕ್ಷಿಸಿದಂತಾಗುತ್ತದೆ.

ಹಾಗಾಗಿ ಜಗತ್ತನ್ನು ಬದಲಿಸುವ ಕಾರ್ಯ ಎಲ್ಲಿಯೂ ಸಂಭವಿಸಬಹುದು, ಯಾರು ಕೂಡಾ ಅದನ್ನು ಮಾಡಬಹುದು. ಎಂದರೆ, ಇಲ್ಲೇನು ಶುರುವಾಗುತ್ತೋ, ಅದು ಜಗತ್ತನ್ನೇ ಬದಲಿಸಬಹುದು, ಆದರೆ ಪ್ರಶ್ನೆ ಏನೆಂದರೆ: ಬದಲಾವಣೆಯ ಬಳಿಕ ಜಗತ್ತು ಹೇಗೆ ತೋರಬಹುದು?

ನನಗನಿಸುವಂತೆ ಅದು ಬಹಳಷ್ಟು ಉತ್ತಮವಾಗಿ ತೋರಬಹುದು. ಆದರೆ ಈ ಹಳೆಯ ನಾವಿಕನ ಮಾತನ್ನು ಒಂದು ಕ್ಷಣದ ಮಟ್ಟಿಗೆ ಹಾಸ್ಯಕ್ಕೆಂದು ತೆಗೆದುಕೊಂಡರೆ, ಜಗತ್ತನ್ನು ಬದಲಿಸುವ ನಿಮ್ಮ ಕಾಯಕದಲ್ಲಿ

ನನ್ನ ಕೆಲವು ಸಲಹೆಗಳನ್ನು ಅನುಸರಿಸಿದರೆ ಅದು ನಿಮಗೆ ಉಪಯುಕ್ತವೆನಿಸಬಹುದು. ಈ ಪಾಠಗಳನ್ನು ನಾನು ನನ್ನ ಮಿಲಿಟರಿ ಕಲಿಕೆಯ ಸಮಯ ಕಲಿತೆ. ನೀವು ಒಂದು ದಿನವಾದರೂ ಮಿಲಿಟರಿ ಸಮವಸ್ತ್ರದಲ್ಲಿ ಸೇವೆ ಸಲ್ಲಿಸಿದ್ದೀರೋ ಎಂಬುದು ಇಲ್ಲಿ ನಗಣ್ಯ.

ನಿಮ್ಮ ಲಿಂಗ, ನಿಮ್ಮ ಜನಾಂಗೀಯ ಅಥವಾ ಧರ್ಮದ ಹಿನ್ನೆಲೆ, ಅಥವಾ ನಿಮ್ಮ ಸಾಮಾಜಿಕ ಸ್ಥಾನಮಾನ ಯಾವುದೂ ಇಲ್ಲಿ ಪರಿಗಣನೆಗೆ ಬರುವುದಿಲ್ಲ. ಈ ಜಗತ್ತಿನಲ್ಲಿನ ನಮ್ಮ ಹೋರಾಟ ಸಮಾನ ರೂಪದ್ದಾಗಿರುತ್ತವೆ ಮತ್ತು ಅಂತಹ ಹೋರಾಟವನ್ನು ಗೆಲ್ಲುವರೆ ಅವಶ್ಯವಿರುವ ಪಾಠಗಳು ಮತ್ತು ಅಲ್ಲಿಂದ ಮುಂದುವರಿಯುವ ವಿಧಾನಗಳು– ನಮ್ಮ ಬದಲಾವಣೆ ಮತ್ತು ಸುತ್ತಲಿನ ಜಗತ್ತಿನ ಬದಲಾವಣೆ– ಎಲ್ಲಕ್ಕೂ ಸಮಾನವಾಗಿ ಅನ್ವಯಿಸುವಂತಿರುತ್ತವೆ.

ನಾನು ನೇವಿ ಸೀಲ್ ಆಗಿ ಮೂವತ್ತಾರು ವರ್ಷ ದುಡಿದಿದ್ದೇನೆ. ಕ್ಯಾಲಿಫೋರ್ನಿಯಾದ ಕೊರೊನಡೋಕ್ಕೆ ನಾನು ತಲುಪಿದಾಗ ಅವೆಲ್ಲ ಶುರುವಾಗಿದ್ದು. ಬೇಸಿಕ್ ಸೀಲ್ ಟ್ರೈನಿಂಗ್ ಅಂದರೆ, ಆರು ತಿಂಗಳ ಪರ್ಯಂತ ಮೃದು ಮರಳಿನಲ್ಲಿ ದೀರ್ಘ ಚಿತ್ರಹಿಂಸೆ ನೀಡುವ ಓಟ, ಸ್ಯಾನ್ ಡಿಯಾಗೋ ಕಡಲಿನಲ್ಲಿ ಮಧ್ಯರಾತ್ರಿಯ ಈಜು, ತಡೆಯೋಟಗಳು, ತುದಿಮೊದಲಿಲ್ಲದ ಕ್ಯಾಲಿಸ್ಥೆನಿಕ್ಸ್, ನಿದ್ದೆಯಿಲ್ಲದ ರಾತ್ರಿಗಳು, ಯಾವಾಗಲೂ ಒದ್ದೆ, ಶೀತ ಮತ್ತು ಬವಣೆಯಲ್ಲಿ ಮುಳುಗಿರುವ ಸ್ಥಿತಿ.

ಆ ಆರು ತಿಂಗಳ ಪರ್ಯಂತ ವೃತ್ತಿಪರವಾಗಿ ತರಬೇತುಗೊಂಡ ಯೋಧರಿಂದ ನಾವು ಸೀಲ್ ಟ್ರೈನಿಂಗ್‌ನ್ನು ಬಿಟ್ಟುಹೋಗಬೇಕೆಂಬ ಇರಾದೆಯಿಂದ ನಮ್ಮ ದುರ್ಬಲ ಮನಸ್ಸಿನ ಜೊತೆಗೆ ನಿರಂತರ ಉಪಟಳದ ಆಟ. ಆದರೆ ಟ್ರೈನಿಂಗ್‌ನ ಕಾಲಾವಧಿಯಲ್ಲಿ ಯಾವ ವಿದ್ಯಾರ್ಥಿಗಳು ಒತ್ತಡದ, ಸಂದಿಗ್ಧತೆಯ, ವೈಫಲ್ಯಗಳ ಮತ್ತು ಸಂಕಟಗಳ

ನಡುವೆಯೂ ಉತ್ತೀರ್ಣರಾಗಿ ಮೇಲೆದ್ದು ಬರುತ್ತಾರೋ, ಅಂಥವರಿಗೆ ಪದವಿ ಶತಸಿದ್ಧ. ನನಗಂತೂ ಆರು ತಿಂಗಳ ಬೇಸಿಕ್ ಸೀಲ್ ಟ್ರೈನಿಂಗ್ ಜೀವಮಾನದ ಸವಾಲುಗಳನ್ನು ಎದುರಿಸಲು ಬೇಕಾದ ಕ್ಷಮತೆಯನ್ನು ಆರು ತಿಂಗಳ ಅವಧಿಯಲ್ಲಿ ತುರುಕಿಸಿ ನೀಡಿದಂತಾಗಿತ್ತು.

ಹಾಗಾಗಿ ನಾನು ಬೇಸಿಕ್ ಸೀಲ್ ಟ್ರೈನಿಂಗ್‌ನಲ್ಲಿ ಕಲಿತ ಹತ್ತು ಪಾಠಗಳನ್ನು ನಿಮಗೆ ನೀಡುತ್ತಿದ್ದೇನೆ. ಇವು ನಿಮ್ಮ ಬದುಕಿನಲ್ಲಿ ಉಪಯುಕ್ತವಾಗಬಹುದೆಂಬ ಭರವಸೆ ನನಗಿದೆ.

ಬೇಸಿಕ್ ಸೀಲ್ ಟ್ರೈನಿಂಗ್‌ನಲ್ಲಿ ಪ್ರತಿ ಮುಂಜಾನೆ ವಿಯಟ್ನಾಮ್‌ನ ನುರಿತ ಬೋಧಕರು ನಮ್ಮ ರೂಮ್‌ಗಳಲ್ಲಿ ಇದ್ದಕ್ಕಿದ್ದಂತೆ ಹಾಜರಾಗುತ್ತಿದ್ದರು. ಮೊತ್ತಮೊದಲು ಅವರು ಮಾಡುತ್ತಿದ್ದ ಕೆಲಸವೆಂದರೆ, ಅವರು ನಮ್ಮ ಬೆಡ್‌ಗಳನ್ನು ಪರಿಶೀಲಿಸುತ್ತಿದ್ದರು. ನೀವು ಅದನ್ನು ಕ್ರಮ ಪ್ರಕಾರ ಮಾಡಿದ್ದರೆ, ಅದರ ಮೂಲೆಗಳು ಚಚೌಕವಾಗಿರುತ್ತವೆ, ಹೊದಿಕೆ ಬಿಗಿಯಾಗಿ ಎಳೆದಿರುತ್ತವೆ, ಹೆಡ್‌ಬೋರ್ಡ್‌ನ ಸರಿಯಾದ ಕೇಂದ್ರಭಾಗದಲ್ಲಿ ತಲೆದಿಂಬನ್ನು ಸಜ್ಜುಗೊಳಿಸಲಾಗಿರುತ್ತದೆ, ಮತ್ತು ಹೆಚ್ಚುವರಿ ಬ್ಲ್ಯಾಂಕೆಟ್‌ನ್ನು ಮಡಚಿ ರ್‍ಯಾಕ್‌ನ ಕಾಲಬದಿಯಲ್ಲಿ ಇರಿಸಲಾಗಿರುತ್ತದೆ.

ಅದೊಂದು ಎಷ್ಟು ಸರಳವಾದ ಕೆಲಸವೆಂದರೆ ಸಾಮಾನ್ಯ ರೀತಿಯಲ್ಲಿ ಅತ್ಯುತ್ತಮವಾಗಿ ಮಾಡಬಹುದಾದುದು. ಆದರೆ ಅದನ್ನು ಪ್ರತಿದಿನ ಯಾವುದೇ ಕೊಂಕಿಲ್ಲದೆ ಮಾಡಬೇಕಾದ್ದು ಅನಿವಾರ್ಯ. ಆ ಕಾಲಕ್ಕೆ ಅದು ನಿಜಕ್ಕೂ ವಿಚಿತ್ರವೆನಿಸುತ್ತಿತ್ತು. ಯಾಕೆಂದರೆ, ನಾವಾದರೋ ನಿಜವಾದ ಯೋಧರು, ಭೀಕರ ಯುದ್ಧಗಳಿಗೆ ಸನ್ನದ್ಧರಾಗುವಂಥ

ಸೀಲ್‌ಗಳು, ಇಂಥ ಸರಳ, ಕ್ಷುಲ್ಲಕ ವಿಷಯಗಳಿಗೆ ಅಷ್ಟೊಂದು ಪ್ರಾಮುಖ್ಯತೆ ಯಾಕೆ ಎಂಬುದು ಅರ್ಥವಾಗುತ್ತಿರಲಿಲ್ಲ. ಹಾಗನಿಸುತ್ತಿತ್ತು ನನಗೆ.

ಆದರೆ, ಮುಂಜಾನೆ ನೀವು ಎದ್ದೊಡನೆ ನಿಮ್ಮ ಬೆಡ್‌ನ್ನು ಸಜ್ಜುಗೊಳಿಸಿ ಇರಿಸಿದಿರಿ ಎಂದಾಗ, ಬೆಳಗ್ಗಿನ ನಿಮ್ಮ ಒಂದು ಪ್ರಾರಂಭಿಕ ಕೆಲಸವನ್ನು ಸಂಪೂರ್ಣವಾಗಿ ನಿರ್ವಹಿಸಿದಂತೆ. ಅದು ನಿಮ್ಮಲ್ಲೊಂದು ವಿಧವಾದ ಹೆಮ್ಮೆಯ ವಿಷಯವಾಗಿ ಪರಿಣಮಿಸಿರುತ್ತದೆ ಮತ್ತು ಮುಂದಿನ ಕೆಲಸಕ್ಕೆ ಅದು ಪ್ರೋತ್ಸಾಹದಾಯಕವಾಗಿರುತ್ತದೆ. ದಿನದ ಕೊನೆಯಲ್ಲಿ, ಪೂರ್ತಿಗೊಂಡ ಒಂದು ಕೆಲಸ ಹಲವು ಕೆಲಸಗಳನ್ನು ಪೂರ್ತಿಗೊಳಿಸಲು ರಹದಾರಿಯಾಗಿರುತ್ತದೆ. ನಿಮ್ಮ ಬೆಡ್‌ನ್ನು ತಯಾರಿಸುವುದರಿಂದ ಬದುಕಿನಲ್ಲಿ ಚಿಕ್ಕ ಚಿಕ್ಕ ವಿಷಯಗಳೂ ಮುಖ್ಯವಾಗಿರುತ್ತವೆ ಎಂಬ ಪರಿಜ್ಞಾನ ನಿಮ್ಮಲ್ಲಿ ಬರುತ್ತದೆ.

ನೀವು ಚಿಕ್ಕ ವಿಷಯಗಳನ್ನು ಸರಿಯಾಗಿ ನಿರ್ವಹಿಸಲು ಅಶಕ್ತರಾದರೆ, ದೊಡ್ಡ ವಿಷಯಗಳನ್ನು ನಿರ್ವಹಿಸಲು ನಿರಾಸಕ್ತರಾಗುತ್ತೀರಿ. ಮತ್ತು ಒಂದು ವೇಳೆ, ನೀವು ಅಂದು ಬಹಳ ದುರ್ದೆಸೆಯನ್ನು ಅನುಭವಿಸಿದ್ದರೆ, ನೀವು ಮನೆಗೆ ಹಿಂದಿರುಗಿದಾಗ ನಿಮಗಾಗಿ ಹಾಸಿಗೆ ಸಿದ್ಧವಾಗಿರುತ್ತದೆ- ನೀವೇ ಸಜ್ಜುಗೊಳಿಸಿರುವಂಥದ್ದು- ಹಾಗೆ ಸಿದ್ಧವಾಗಿರುವ ಒಂದು ಹಾಸಿಗೆ ನಿಮಗೆ ನಾಳಿನ ಬದುಕಿಗೆ ಉತ್ತೇಜನವನ್ನು ನೀಡುವಲ್ಲಿ ಪಾತ್ರವಹಿಸುತ್ತದೆ.

ನೀವು ಜಗತ್ತನ್ನು ಬದಲಿಸಬೇಕೆಂದು ಬಗೆದರೆ, ನಿಮ್ಮ ದಿನವನ್ನು ಬೆಡ್ ತಯಾರಿಸುವುದರೊಂದಿಗೆ ಪ್ರಾರಂಭಿಸಿ.

ಸೀಲ್ ಟ್ರೈನಿಂಗ್‌ನ ಸಮಯದಲ್ಲಿ ವಿದ್ಯಾರ್ಥಿಗಳನ್ನು ನಾವಿಕರ ತಂಡಗಳನ್ನಾಗಿ ವಿಭಾಗಿಸಲಾಗುತ್ತಿತ್ತು. ಪ್ರತಿ ತಂಡದಲ್ಲಿ ಏಳು ಮಂದಿ ವಿದ್ಯಾರ್ಥಿಗಳಿರುತ್ತಿದ್ದರು: ಪ್ರತಿಯೊಂದು ಸಣ್ಣ ರಬ್ಬರ್ ಬೋಟ್‌ನಲ್ಲಿ ಮೂವರಂತೆ ವಿದ್ಯಾರ್ಥಿಗಳಿದ್ದರೆ, ಒಂದು ಕಾಕ್ಸ್‌ವೈನ್ ಎಲ್ಲರಿಗೂ ಸಹಾಯ ನೀಡಲು ಇರುತ್ತಿದ್ದ. ಪ್ರತಿದಿನ ನಿಮ್ಮ ಬೋಟ್‌ನ ತಂಡ ಸಮುದ್ರತೀರದಲ್ಲಿ ಸೇರಿ ತೀರದುದ್ದಕ್ಕೂ ಹಲವು ಮೈಲಿಗಳಷ್ಟು ಪೆಡಲ್ ಮಾಡಲು ಬೋಧಕರಿಂದ ನಿರ್ದೇಶನ ಸಿಗುತ್ತಿತ್ತು.

ಚಳಿಗಾಲದಲ್ಲಿ ಸ್ಯಾನ್ ಡಿಯಾಗೋದಲ್ಲಿ ತೆರೆಗಳು ಎಂಟರಿಂದ ಹತ್ತು ಅಡಿಗಳಷ್ಟು ಎತ್ತರಕ್ಕೆ ಏರುತ್ತಿದ್ದವು. ಎಲ್ಲರೂ ಏಕಕಾಲಕ್ಕೆ ಈ ತೆರೆಗಳನ್ನು ಎದುರಿಸಿ ಪೆಡಲ್ ಮಾಡದಿದ್ದರೆ, ಮುಂದೆ ಸಾಗುವುದು ದುಸ್ತರವೆನಿಸುತ್ತಿತ್ತು. ಕೋಕ್ಸ್‌ವೈನ್‌ನ ತುಳಿತದ ಲೆಕ್ಕಕ್ಕೆ ಅನುಸಾರವಾಗಿ ಪ್ರತಿ ಪೆಡಲಿಂಗ್ ಏಕಕಾಲಕ್ಕೆ ತಾಳಮೇಳವಾಗಬೇಕಿದ್ದಿತು. ಪ್ರತಿಯೋರ್ವ ಸಮ ಪ್ರಮಾಣದಲ್ಲಿ ಬಲವನ್ನು ಹಾಕುವುದು ಅನಿವಾರ್ಯವಿತ್ತು, ಇಲ್ಲವಾದರೆ ಬೋಟು ತೆರೆಗೆ ವಿರುದ್ಧವಾಗಿ ಚಲಿಸಿ, ಅದು ತೀರಕ್ಕೆ ಎಸೆಯಲ್ಪಡುವ ಸಂಭವವಿತ್ತು. ಬೋಟನ್ನು ಅದರ ಗಮ್ಯ ಸ್ಥಾನಕ್ಕೆ ಒಯ್ಯಬೇಕಿದ್ದರೆ, ಪ್ರತಿಯೊಬ್ಬ ಪೆಡಲ್ ಮಾಡಬೇಕು.

ನೀವೊಬ್ಬರೇ ಜಗತ್ತನ್ನು ಬದಲಿಸುವುದಕ್ಕೆ ಆಗುವುದಿಲ್ಲ– ನಿಮಗೆ ಸ್ವಲ್ಪ ಸಹಾಯ ಬೇಕಾಗುತ್ತದೆ–ನಿಜಕ್ಕೂ ನಿಮ್ಮ ಪ್ರಾರಂಭಿಕ ಸ್ಥಾನದಿಂದ ತೊಡಗಿ ನಿಮ್ಮ ಗುರಿಯ ತನಕ ಸ್ನೇಹಿತರು, ಸಹೋದ್ಯೋಗಿಗಳು, ಅಪರಿಚಿತರ ಹಾರೈಕೆಗಳು ಮತ್ತು ಓರ್ವ ಶಕ್ತಿವಂತ ಕೋಕ್ಸ್‌ವೈನ್ ನಿಮ್ಮ ಮಾರ್ಗದರ್ಶಿಯಾಗಿ ಬೇಕಿರುತ್ತಾನೆ.

ನೀವು ಜಗತ್ತನ್ನು ಬದಲಿಸಬೇಕೆಂದಿದ್ದರೆ, ನಿಮ್ಮ ಜತೆಗೆ ಪೆಡಲ್ ಮಾಡುವುದಕ್ಕೆ ಯಾರದ್ದಾದರೂ ಸಹಾಯ ಪಡೆಯಿರಿ.

ಸೀಲ್ ಕ್ಲಾಸ್‌ನ ನನ್ನ ಕಠಿಣತಮ ತರಬೇತಿಯಲ್ಲಿ ಆರಂಭದಲ್ಲಿ 150 ಮಂದಿ ಇದ್ದರೆ ಕೊನೆಯಲ್ಲಿ ಉಳಿದಿದ್ದು ಕೇವಲ 42 ಮಾತ್ರ. ಇದೀಗ 6 ಬೋಟುಗಳ ತಂಡದಲ್ಲಿ ಪ್ರತಿಯೊಂದರಲ್ಲಿ 7 ಮಂದಿ ಇದ್ದರು. ನಾನಿದ್ದ ಬೋಟ್‌ನಲ್ಲಿ ಎತ್ತರದ ಮಂದಿಗಳಿದ್ದರೆ, ಅತ್ಯುತ್ತಮ ತಂಡದಲ್ಲಿ ಗಿಡ್ಡದ ಮಂದಿಯಿದ್ದರು–ಅವರನ್ನು "ದಿ ಮಂಚ್‌ಕಿನ್ ತಂಡ," ಎಂದು ನಾವು ಕರೆಯುತ್ತಿದ್ದೆವು. ಅವರಲ್ಲಿ ಒಬ್ಬರೂ ಐದು ಅಡಿ ಐದು ಇಂಚಿಗಿಂತ ಎತ್ತರದವರು ಇದ್ದಿರಲಿಲ್ಲ.

ಅದರಲ್ಲಿ ಒಬ್ಬ ಅಮೆರಿಕನ್ ಇಂಡಿಯನ್, ಒಬ್ಬ ಆಫ್ರಿಕನ್ ಅಮೆರಿಕನ್, ಒಬ್ಬ ಇಟಾಲಿಯನ್ ಅಮೆರಿಕನ್ ಮತ್ತು ಇಬ್ಬರು ಮಧ್ಯಪ್ರಾಚ್ಯದ ಜೋರಿನ ಹುಡುಗರಿದ್ದರು. ಅವರು ಎಲ್ಲಾ ಬೋಟ್‌ಗಳನ್ನು ಪೆಡಲಿಂಗ್‌ನಲ್ಲೂ, ಓಟದಲ್ಲೂ, ಈಜಿನಲ್ಲೂ ಇತರರನ್ನು ಮೀರಿಸುತ್ತಿದ್ದರು.

ಇತರ ಬೋಟುಗಳ ಎತ್ತರದ ಮಂದಿ ಈ ಗಿಡ್ಡ ಮಂದಿಯನ್ನು ಯಾವಾಗಲೂ ಕುಶಾಲು–ತಮಾಷೆ ಮಾಡುವುದಿತ್ತು. ಈಜುವ ಸಮಯ ಅವರು ತಮ್ಮ ಪುಟ್ಟ ಪಾದಗಳನ್ನು ಎಲ್ಲರಿಗಿಂತ ಮೊದಲು ಇಡುತ್ತಿದ್ದರು. ಆದರೆ ಈ ಪುಟ್ಟ ಮನುಷ್ಯರು ಹೇಗಿದ್ದರೂ ಜಗತ್ತಿನ ಬೇರೆ ಬೇರೆ ದೇಶಗಳಿಂದ ಬಂದವರು ಎಲ್ಲರಿಗಿಂತಲೂ ವೇಗವಾಗಿ ಈಜುತ್ತಿದ್ದರು, ದಡವನ್ನು ಎಲ್ಲರಿಗಿಂತಲೂ ಮೊದಲು ಸೇರುತ್ತಿದ್ದರು.

ಸೀಲ್ ಟ್ರೈನಿಂಗ್‌ನಲ್ಲಿ ಸದಾ ಸಮತ್ವವನ್ನು ಕಾಪಾಡಲಾಗುತ್ತಿತ್ತು. ಗೆಲ್ಲುವುದನ್ನು ಬಿಟ್ಟು ಅಲ್ಲಿ ಬೇರೇನೂ ಇಲ್ಲ. ನಿಮ್ಮ ಬಣ್ಣ, ನಿಮ್ಮ ಜನಾಂಗೀಯ ಹಿನ್ನೆಲೆ, ನಿಮ್ಮ ವಿದ್ಯಾಭ್ಯಾಸ ಮತ್ತು ನಿಮ್ಮ ಸಾಮಾಜಿಕ ಸ್ಥಿತಿಗತಿ ಗಣನೆಗೆ ಬರುತ್ತಿರಲಿಲ್ಲ.

ನೀವು ಜಗತ್ತನ್ನು ಬದಲಿಸಬೇಕಿದ್ದರೆ ವ್ಯಕ್ತಿಯ ಹೃದಯದ ಗಾತ್ರದ ಮೇಲೆ ಆತನ ವ್ಯಕ್ತಿತ್ವವನ್ನು ಅಳೆಯಿರಿ. ಆತನ ಫ್ಲಿಪ್ಪರ್‌ಗಳ ಗಾತ್ರವನ್ನಲ್ಲ.

ವಾರದಲ್ಲಿ ಹಲವು ಸಲ ಬೋಧಕರು ನಮ್ಮನ್ನು ಸಾಲಿನಲ್ಲಿ ನಿಲ್ಲಿಸಿ ನಮ್ಮ ಸಮವಸ್ತ್ರವನ್ನು ಪರಿಶೀಲಿಸುತ್ತಿದ್ದರು. ಅದು ಅಸಾಧರಣವಾಗಿ ಸಾಧ್ಯಂತವಾಗಿರುತ್ತಿತ್ತು. ನಿಮ್ಮ ಹ್ಯಾಟ್‌ನ್ನು ಪೂರ್ತಿ ಸ್ಟಾರ್ಚ್‌ನಲ್ಲಿ ಮುಳುಗಿಸಿರಬೇಕಿತ್ತು. ನಿಮ್ಮ ಸಮವಸ್ತ್ರಕ್ಕೆ ಒತ್ತಾಗಿ ಇಸ್ತ್ರಿ ಹಾಕಿರಬೇಕಿತ್ತು. ನಿಮ್ಮ ಬೆಲ್ಟ್‌ನ ಬಕ್ಲ್ ಯಾವುದೇ ಕಲೆಗಳಿಲ್ಲದೆ ಹೊಳೆಯುತ್ತಿರಬೇಕಿತ್ತು.

ಆದರೆ ನೀವೆಷ್ಟೇ ಜತನದಿಂದ ನಿಮ್ಮ ಸಮವಸ್ತ್ರವಕ್ಕೆ ಇಸ್ತ್ರಿ ಹಾಕಿದ್ದಿರಲಿ, ಎಷ್ಟೇ ಕಷ್ಟಪಟ್ಟು ನಿಮ್ಮ ಬಕ್ಲ್‌ಗೆ ಪಾಲಿಶ್ ಮಾಡಿದ್ದಿರಲಿ, ಅದು ಸಾಕಾಗಿರುವುದಿಲ್ಲ. ಬೋಧಕರು "ಏನಾದರೊಂದು" ನ್ಯೂನತೆಯನ್ನು ಕಂಡುಹಿಡಿಯುತ್ತಿದ್ದರು.

ಸಮವಸ್ತ್ರದ ತಪಾಸಣೆಯಲ್ಲಿ ನೀವು ಸೋತುಹೋಗುವುದರಿಂದ ಪೂರ್ತಿ ಡ್ರೆಸ್‌ನೊಂದಿಗೆ ತೆರೆಗಳ ಮಡಿಲಿಗೆ ಎಸೆಯಲ್ಪಟ್ಟು, ತಲೆಯಿಂದ ಪಾದದವರೆಗೆ ಒದ್ದೆಮುದ್ದೆಯಾಗಿ ದಡಕ್ಕೆ ಬಂದು ಮರಳಿನಲ್ಲಿ ಸಂಪೂರ್ಣ ಹೊರಳಾಡಿ "ಶುಗರ್ ಕುಕ್ಕೀ" ಆಗಬೇಕಿತ್ತು. ಆ ಪೂರ್ತಿ ದಿನ ನೀವು ಒದ್ದೆ ಬಟ್ಟೆಯಲ್ಲೇ ಚಳಿಯಿಂದ ನಡುಗುತ್ತ ಮರಳಿನಿಂದ ಆವೃತವಾಗಿ ಕಳೆಯಬೇಕಾಗಿತ್ತು.

ತಮ್ಮ ಎಲ್ಲಾ ಶ್ರಮ ವ್ಯರ್ಥವೆಂದು ಒಪ್ಪಿಕೊಳ್ಳಲು ಬಹಳಷ್ಟು ವಿದ್ಯಾರ್ಥಿಗಳು ತಯಾರಾಗಿರುತ್ತಿರಲಿಲ್ಲ. ಅವರು ಎಷ್ಟೇ ಪ್ರಯತ್ನದಿಂದ ಸಮವಸ್ತ್ರವನ್ನು ಸಿದ್ಧಪಡಿಸಿದ್ದಿರಲಿ ಅದನ್ನು ಯಾವ ವಿಧದಿಂದಲೂ ಪ್ರಶಂಸಿಸಲಾಗುತ್ತಿರಲಿಲ್ಲ. ಅಂತಹ ವಿದ್ಯಾರ್ಥಿಗಳು ಟ್ರೈನಿಂಗ್‌ನಲ್ಲಿ ಉಳಿಯಲು ಒಪ್ಪಿಕೊಳ್ಳುತ್ತಿರಲಿಲ್ಲ. ಅವರು ಡ್ರಿಲ್‌ನ ಪ್ರಾಶಸ್ತ್ಯವನ್ನು ಅರಿಯದವರಾಗಿರುತ್ತಿದ್ದರು. ನೀವು ಯಾವತ್ತೂ ಗೆಲ್ಲುತ್ತಿರಲಿಲ್ಲ. ನೀವು ಯಾವತ್ತೂ ಪರಿಪೂರ್ಣ ಸಮವಸ್ತ್ರವನ್ನು ಹೊಂದಿರುವುದಕ್ಕಾಗುತ್ತಿರಲಿಲ್ಲ.

ನೀವು ಎಷ್ಟೇ ಪ್ರಯತ್ನದಿಂದ ತಯಾರಾಗಿರಿ, ಎಷ್ಟೇ ಶ್ರದ್ಧೆಯಿಂದ ನಿರ್ವಹಿಸಿ, ಅದು ಕೊನೆಯಲ್ಲಿ ಶುಗರ್ ಕುಕ್ಕೀಯಲ್ಲಿ ಪರ್ಯಾವಸಾನವಾಗುತ್ತಿತ್ತು. ಅದು ಬದುಕಿನ ವಿಧಾನವೇ ಆಗಿರುತ್ತದೆಯೇನೋ,

ಕೆಲವೊಮ್ಮೆ. ನೀವು ಜಗತ್ತನ್ನು ಬದಲಿಸಬೇಕೆಂದಿದ್ದರೆ, ಶುಗರ್ ಕುಕ್ಕೀ ಆಗದಂತೆ ನೋಡಿಕೊಳ್ಳಬೇಕು ಮತ್ತು ಮುಂದೆ ಸಾಗುತ್ತಲೇ ಇರಬೇಕು.

ಟ್ರೈನಿಂಗ್‌ನ ಅವಧಿಯಲ್ಲಿ ನೀವು ಪ್ರತಿದಿನ ಬಹುವಿಧದ ದೈಹಿಕ ಕಸರತ್ತುಗಳಿಗೆ ಎರವಾಗಬೇಕಿತ್ತು. ದೀರ್ಘ ಓಟ, ದೀರ್ಘ ಈಜು, ತಡೆಯೋಟ, ನಿಮ್ಮ ತಾಕತ್ತನ್ನು ಒರೆಗೆ ಹಚ್ಚಲು ತಾಸುಗಟ್ಟಲೆಯ ಕ್ಯಾಲಿಸ್ತೆನಿಕ್ಸ್ ಸವಾಲನ್ನು ಎದುರಿಸಬೇಕಾಗಿತ್ತು.

ಪ್ರತಿಯೊಂದು ಪ್ರದರ್ಶನವೂ ಪ್ರಮಾಣಿತ ಮಟ್ಟವನ್ನು ಹೊಂದಿರಬೇಕಾಗಿದ್ದವು. ಆ ಪ್ರಮಾಣಗಳನ್ನು ನೀವು ತಲುಪಲು ಸೋತರೆ

ನಿಮ್ಮ ಹೆಸರನ್ನು ಒಂದು ಲಿಸ್ಟ್‌ನಲ್ಲಿ ನಮೂದಿಸಲಾಗುತ್ತಿತ್ತು. ಹಾಗೆ ಸೋತವರನ್ನು ದಿನದ ಕೊನೆಯಲ್ಲಿ ಸರ್ಕಸ್‌ಗಾಗಿ ಆಹ್ವಾನಿಸಲಾಗುತ್ತಿತ್ತು.

ಸರ್ಕಸ್ ಎಂದರೆ ನಿಮ್ಮನ್ನು ಹೆಚ್ಚುವರಿಯಾಗಿ ಕ್ಯಾಲಿಸ್ತೆನಿಕ್ಸ್‌ಗೆ ಒಳಪಡಿಸುವುದು, ಅದರಿಂದ ನಿಮ್ಮ ಬಲವನ್ನು ಕುಂದಿಸುವ, ನಿಮ್ಮ ಉತ್ಸಾಹವನ್ನು ಕುಗ್ಗಿಸುವ, ನಿಮ್ಮನ್ನು ಆದಷ್ಟು ಬೇಗನೇ ಟ್ರೈನಿಂಗ್‌ನ್ನು ಬಿಟ್ಟುಹೋಗುವಂತಹ ಕಸರತ್ತುಗಳಿಗೆ ಒಳಗಾಗಿಸಲಾಗುತ್ತಿತ್ತು. ಯಾರೂ ಸರ್ಕಸ್‌ಗೆ ಹೋಗಲು ಇಷ್ಟಪಡುತ್ತಿರಲಿಲ್ಲ. ಸರ್ಕಸ್ ಎಂದರೆ ನೀವು ಆ ದಿನದ ಮಟ್ಟಿಗೆ ಅರ್ಹತೆಯನ್ನು ಹೊಂದಿಲ್ಲವೆಂದು ಅರ್ಥ. ಸರ್ಕಸ್ ಎಂದರೆ ಹೆಚ್ಚು ತ್ರಾಸ, ಮತ್ತುಷ್ಟು ತ್ರಾಸವೆಂದರೆ ಮರುದಿನ ಇನ್ನಷ್ಟು ಕಷ್ಟದಾಯಕ ನಿರ್ವಹಣೆ–ಅದರಿಂದ ಇನ್ನಷ್ಟು ಸರ್ಕಸ್‌ಗಳ ಸಾಧ್ಯತೆಗಳು.

ಸೀಲ್ ಟ್ರೈನಿಂಗ್‌ನ ಅವಧಿಯಲ್ಲಿ ಒಂದಿಲ್ಲ ಒಂದು ಸಮಯದಲ್ಲಿ ಪ್ರತಿಯೊಬ್ಬರು–ಪ್ರತಿಯೊಬ್ಬರೂ–ಸರ್ಕಸ್‌ನ ಲಿಸ್ಟ್‌ನ್ನು ಅಲಂಕರಿಸಿಯೇ ಇರುತ್ತಾರೆ. ಮತ್ತು ಲಿಸ್ಟ್‌ನಲ್ಲಿ ಸತತವಾಗಿ ಕಂಗೊಳಿಸಿದವರಲ್ಲಿ ಒಂದು ಔಚಿತ್ಯಪೂರ್ಣ ಸಂಗತಿ ನಡೆಯುತ್ತಿತ್ತು. ಯಾವ ವಿದ್ಯಾರ್ಥಿಗಳು ಎರಡು ತಾಸುಗಳ ಹೆಚ್ಚವರಿ ಕ್ಯಾಲಿಸ್ತೆನಿಕ್ಸ್‌ಗೆ ಒಳಗಾಗುತ್ತಿದ್ದರೋ ಅವರ ಶಕ್ತಿ ಸಂವರ್ಧನೆಯಾಗುತ್ತಲೇ ಹೋಗುತ್ತಿತ್ತು. ಸರ್ಕಸ್‌ನ ನೋವು ಆಂತರಿಕ ಶಕ್ತಿಯನ್ನು ವೃದ್ಧಿಸುವ ಜೊತೆಗೆ ದೈಹಿಕ ಸ್ಥಿತಿಸ್ಥಾಪಕ ಶಕ್ತಿಯನ್ನು ಹೆಚ್ಚಿಸುತ್ತಿತ್ತು.

ಬದುಕೆಲ್ಲ ಸರ್ಕಸ್‌ಗಳಿಂದ ತುಂಬಿರುತ್ತವೆ. ನೀವು ಸೋಲುತ್ತೀರಿ. ನೀವು ಸೋಲಬಹುದು. ಅದು ನೋವಿನ ವಿಷಯವೇ. ಅದು ನಿಮ್ಮ ಧೈರ್ಯವನ್ನು ಕುಂದಿಸಬಹುದು. ಕೆಲವೊಮ್ಮೆ ಅದು ನಿಮ್ಮ ಆಂತರಿಕ ಮೂಲವನ್ನೇ ಅಲುಗಾಡಿಸಿಬಿಡಬಹುದು.

ನೀವು ಜಗತ್ತನ್ನು ಬದಲಿಸಬೇಕೆಂದಿದ್ದರೆ, ಸರ್ಕಸ್‌ಗಳ ಭಯಬೇಡ.

ವಾರದಲ್ಲಿ ಟ್ರೈನಿಗಳು ಎರಡು ಸಲವಾದರೂ ತಡೆಯೋಟವನ್ನು ನಿರ್ವಹಿಸಬೇಕಿತ್ತು. ತಡೆಯೋಟವೆಂದರೆ ಅದರಲ್ಲಿ ಇಪ್ಪತ್ತೈದು ತಡೆಗಳಿರುತ್ತಿದ್ದವು. ಹತ್ತು ಅಡಿ ಎತ್ತರದ ಗೋಡೆ, ಮೂವತ್ತು ಅಡಿ ಉದ್ದದ ಕಾರ್ಗೋ ಬಲೆ, ಮತ್ತೊಂದು ವಯರ್ ಬೇಲಿಯಲ್ಲಿ ನುಸುಳಬೇಕಾಗಿತ್ತು.

ಎಲ್ಲಕ್ಕೂ ಮಿಗಿಲಾದ ಸವಾಲಿಗೊಡ್ಡುವ ತಡೆಯೆಂದರೆ "ಸ್ಲೈಡ್ ಫಾರ್ ಲೈಫ್." ಅದರಲ್ಲಿ ಮೂರು ಹಂತದ, ಮೂವತ್ತು ಅಡಿ ಎತ್ತರದ ಗೋಪುರ ಒಂದು ಕಡೆ, ಮತ್ತು ಒಂದು ಅಡಿ ಮಟ್ಟದ ಕೆಳಗಿನ ಹಂತ. ನಡುವೆ ನೂರು ಅಡಿ ಉದ್ದದ ಒಂದು ಹಗ್ಗ.

ನೀವು ಆ ಮೂರು ಮಹಡಿಯ ಗೋಪುರವನ್ನು ಹಗ್ಗದ ಮೂಲಕ ಏರಬೇಕಿತ್ತು. ಒಮ್ಮೆ ಗೋಪುರದ ತುದಿಯನ್ನು ತಲುಪಿದ ಬಳಿಕ ಹಗ್ಗದ ಕೆಳಭಾಗದಲ್ಲಿ ಓಲಾಡುತ್ತ, ಕೈಬಲದೊಂದಿಗೆ ಹಂತ ಹಂತವಾಗಿ ಕೆಳಗಿಳಿಯುತ್ತ ಇನ್ನೊಂದು ತುದಿಯನ್ನು ತಲುಪಬೇಕಾಗಿತ್ತು. 1977ರಲ್ಲಿ ಸಂಸ್ಥೆ ಸ್ಥಾಪನೆಯಾದ ಮೊದಲ್ಗೊಂಡು ತಡೆಯೋಟದಲ್ಲಿ ಯಾವ ಕ್ಲಾಸು ಕೂಡಾ ದಾಖಲೆಯನ್ನು ಸ್ಥಾಪಿಸಿರಲಿಲ್ಲವಾದರೂ ಯಾವತ್ತೂ ಯಾರೂ ಸರಿಗಟ್ಟದ ರೀತಿಯಲ್ಲಿ ಒಬ್ಬ ವಿದ್ಯಾರ್ಥಿ ಕೆಳಗಿಳಿಯುವ ಸಮಯ ತಲೆಯನ್ನು ಮುಂದಿಕ್ಕಿ – ಹಗ್ಗದಲ್ಲಿ ಜಾರಿದ.

ಹಗ್ಗದ ಕೆಳಭಾಗದಲ್ಲಿ ದೇಹವನ್ನು ತೂಗಾಡಿಸುತ್ತ ಜಾರುವ ಬದಲು ಆತ ಧೈರ್ಯದಿಂದ ಹಗ್ಗದ ಮೇಲ್ಭಾಗದಲ್ಲಿ ದೇಹವನ್ನಿರಿಸಿ ತನ್ನನ್ನು ಸ್ವತಃ ಮುಂದಕ್ಕೆ ತಳ್ಳುತ್ತ ಸಾಗಿದ. ಅದೊಂದು ಅಪಾಯಕಾರಿ

ಸಾಹಸವಾಗಿತ್ತು, ಮೂರ್ಖತನದ್ದೂ ಆಗಿತ್ತು. ಇದು ದುರಂತಕ್ಕೆ ನಾಂದಿ ಹಾಡುತ್ತಿತ್ತೇನೋ. ವಿಫಲನಾಗಿದ್ದರೆ ಗಾಯಗಳಾಗುತ್ತಿದ್ದವು ಮತ್ತು ಟ್ರೈನಿಂಗ್‌ನಿಂದ ಹೊರದೂಡಲ್ಪಡುವ ಭಯವಿತ್ತು. ಯಾವುದೇ ಅಂಜಿಕೆಯಿಲ್ಲದೆ ಆ ವಿದ್ಯಾರ್ಥಿ ವೇಗವಾಗಿ ಹಗ್ಗದಲ್ಲಿ ಜಾರಿದ, ಹಲವು ನಿಮಿಷಗಳ ಬದಲಿಗೆ ಅದರ ಅರ್ಧದಷ್ಟು ಸಮಯದಲ್ಲಿ ಸಾಗಾಟ ಪೂರೈಸಿದ್ದ. ಕೋರ್ಸ್‌ನ ಕೊನೆಯಲ್ಲಿ ಆತ ದಾಖಲೆಯೊಂದನ್ನು ಸ್ಥಾಪಿಸಿದ್ದ.

ನೀವು ಜಗತ್ತನ್ನು ಬದಲಿಸಬೇಕಿದ್ದರೆ, ನೀವು ಕೆಲವೊಮ್ಮೆ ತಡೆಗಳನ್ನು ತಲೆಮೊದಲಾಗಿ ಜಾರಬೇಕಾದ ಪ್ರಮೇಯವಿರುತ್ತದೆ.

ಭೂಸೇನಾ ಯುದ್ಧ ತರಬೇತಿಯ ಕಾಲದಲ್ಲಿ ವಿದ್ಯಾರ್ಥಿಗಳನ್ನು ಸ್ಯಾನ್‌ಡಿಯಾಗೋ ದಡದ ಆಚೆಗಿರುವ ಸ್ಯಾನ್ ಕ್ಲೆಮೆಂಟೋಗೆ ತರಲಾಯಿತು. ಸ್ಯಾನ್ ಕ್ಲೆಮೆಂಟೋ ತೀರ ಮಹಾನ್ ಶ್ವೇತ ಶಾರ್ಕ್‌ಗಳ ತಳಿಗಳನ್ನು ಬೆಳೆಸುವ ಆಗರವಾಗಿತ್ತು. ಸೀಲ್ ಟ್ರೈನಿಂಗ್‌ನ್ನು ಪಾಸು ಮಾಡಬೇಕಿದ್ದರೆ, ದೀರ್ಘ ಈಜುಗಳಲ್ಲಿ ಉತ್ತೀರ್ಣವಾಗಬೇಕಿತ್ತು. ಒಂದು ರಾತ್ರಿ ಕಾಲದ ಈಜು.

ಸ್ಯಾನ್ ಕ್ಲೆಮೆಂಟೋ ತೀರದಲ್ಲಿ ಬೀಡುಬಿಟ್ಟ ಶ್ವೇತ ಶಾರ್ಕ್‌ಗಳ ವಿಷಯವನ್ನು ಬೋಧಕರು ಬಹಳ ವಿನೋದದಿಂದ ವಿದ್ಯಾರ್ಥಿಗಳಿಗೆ ವಿವರಿಸುತ್ತಿದ್ದರು. ಯಾವುದೇ ಶಾರ್ಕ್ ಯಾವತ್ತೂ ಯಾವುದೇ ವಿದ್ಯಾರ್ಥಿಯನ್ನು ತಿಂದು ಹಾಕಿದ ಸಂದರ್ಭವಿರಲಿಲ್ಲವೆಂದೂ, ಅಥವಾ ಇತ್ತೀಚಿನ ದಿನಗಳಲ್ಲಂತೂ ಹಾಗಾಗಿಲ್ಲವೆಂದು ತಮಾಷೆಯಾಗಿ ಹೇಳುತ್ತಿದ್ದರು.

ಆದರೆ ಒಂದು ಮಾತನ್ನಂತೂ ನೆನಪಿಡಿ, ಯಾವುದೇ ಶಾರ್ಕ್ ನಿಮಗೆ ಸುತ್ತುಹಾಕುತ್ತಿದ್ದರೆ, ಯಾವತ್ತೂ ನೀವು ನಿಂತ ತಾಣದಿಂದ ವಿಚಲಿತರಾಗಬಾರದೆಂದೂ ಹೇಳುತ್ತಿದ್ದರು. ಈಜಾಡಿ ದೂರಕ್ಕೆ ಓಡಬಾರದು. ಹೆದರಿಕೆ ಪ್ರದರ್ಶಿಸಬಾರದು. ಮತ್ತು ಒಂದೊಮ್ಮೆ ಶಾರ್ಕ್ ಮಧ್ಯರಾತ್ರಿಯ ಭೋಜನಕ್ಕೆ ಹಸಿದಿದ್ದರೆ, ನಿಮ್ಮ ಬಳಿಗೆ ಓಡೋಡುತ್ತ ಬರುತ್ತದೆ. ನೀವು ನಿಮ್ಮೆಲ್ಲ ಶಕ್ತಿಯನ್ನು ಒಂದುಗೂಡಿಸಿ ಅದರ ಮೂಗಿನ ಮೇಲೆ ಒಂದು ಬಲವಾದ ಹೊಡೆತವನ್ನು ನೀಡಿದಿರೆಂದರೆ, ಅದು ಕೂಡಲೇ ನಿಮಗೆ ಬೆನ್ನುಹಾಕಿ ಪಲಾಯನ ತೆಗೆಯುತ್ತದೆ.

ಪ್ರಪಂಚದಲ್ಲಿ ಹೇರಳವಾಗಿ ಶಾರ್ಕ್‌ಗಳಿವೆ. ನೀವು ಈಜಲು ಮನಸ್ಸು ಮಾಡಿದಿರೆಂದರೆ ಅವುಗಳ ಜೊತೆಗೆ ಹೋರಾಡಲು ಸಿದ್ಧವಾಗಿರ–ಬೇಕಾಗುತ್ತದೆ.

ನೀವು ಜಗತ್ತನ್ನು ಬದಲಿಸಬೇಕಿದ್ದರೆ, ಶಾರ್ಕ್‌ಗಳಿಗೆ ಬೆನ್ನು ಹಾಕಿ ಓಡುವುದು ಬೇಡ.

ನೇವಿ ಸೀಲ್‌ಗಳ ಕಾಯಕಗಳಲ್ಲೊಂದೆಂದರೆ, ಶತ್ರು ಹಡಗುಗಳ ತಳಭಾಗದಿಂದ ಆಕ್ರಮಿಸುವುದು. ಬೇಸಿಕ್ ಟ್ರೈನಿಂಗ್‌ನ ವೇಳೆ ನಾವು ಇದನ್ನು ಕರಗತಮಾಡಿಕೊಂಡೆವು. ಆಕ್ರಮಣದ ಕಾರ್ಯದಲ್ಲಿ ಸೀಲ್ ಮುಳುಗುಗಾರರ ಒಂದು ಜೋಡಿಯನ್ನು ಶತ್ರು ಪಾಳಯದ ಬಂದರಿನಲ್ಲಿ ಬಿಟ್ಟುಬಿಡಲಾಗುತ್ತದೆ. ಅವರು ಯಾವುದೇ ಆಸರೆಯಿಲ್ಲದೆ, ದಡದಿಂದ ಎರಡು ಮೈಲಿಗಳಿಗೂ ಹೆಚ್ಚು ದೂರಕ್ಕೆ ನೀರಿನೊಳಗೆ ಈಜಿ ಗಮ್ಯ ಸ್ಥಾನ ಸೇರಬೇಕು. ನೀರಿನ ಆಳವನ್ನು ಮತ್ತು ಗಮ್ಯ ಸ್ಥಾನದ ಗುರುತನ್ನು

ಕಂಡುಹಿಡಿಯಲು ಅವರಲ್ಲಿ ಒಂದು ಅಳತೆಗೋಲು ಮತ್ತು ಕಂಪಾಸ್ ಮಾತ್ರವೇ ಇದ್ದಿರುತ್ತವೆ.

ಪೂರ್ತಿ ಈಜಿನ ಅವಧಿಯಲ್ಲಿ ನೀರಿನ ಮೇಲ್ಪದರಿನಿಂದ ಹಾದು ಬರುವ ತುಸು ಬೆಳಕು ಹರಡಿರುತ್ತದೆ. ನಿಮಗೊಂದು ಸಮಾಧಾನವೆಂದರೆ ನಿಮ್ಮ ಮೇಲ್ಗಡೆ ನೀರಿನ ತೆರೆದ ಆಯಾಮವಿದೆ ಎಂಬುದು. ಆದರೆ ನೀವು ಹಡಗನ್ನು ಸಮೀಪಸಿದಂತೆ, ಅದನ್ನು ಒಂದು ಇಳಿದಾನಕ್ಕೆ ಕಟ್ಟಲಾಗಿರುತ್ತದೆ, ಬೆಳಕು ಕ್ರಮೇಣ ಮಂದವಾಗುತ್ತ ಹೋಗುತ್ತದೆ. ಹಡಗಿನ ಉಕ್ಕಿನ ಆವರಣ ಚಂದ್ರನ ಬೆಳಕಿಗೆ ತಡೆಯಾಗಿರುತ್ತದೆ; ಸಮೀಪದ ದಾರಿದೀಪಗಳ ಬೆಳಕೂ ಅದರಿಂದ ಮರೆಯಾಗಿರುತ್ತದೆ. ಸುತ್ತಮುತ್ತಲಿನ ಪರಿಸರದ ಬೆಳಕೂ ಶೂನ್ಯವಾಗಿರುತ್ತದೆ.

ನೀವು ಈ ಕಾಯಕದಲ್ಲಿ ಗೆಲುವನ್ನು ಸಾಧಿಸಬೇಕಿದ್ದರೆ, ಹಡಗಿನ ಕೀಲ್, ಮಧ್ಯದ ರೇಖೆ ಮತ್ತು ಅದರ ಅತ್ಯಂತ ಆಳವಾದ ಭಾಗವನ್ನು ಕಂಡುಹಿಡಿಯಬೇಕು. ಇದೇ ನಿಮ್ಮ ಗುರಿಯಾಗಿರುತ್ತದೆ. ಆದರೆ ಕೀಲ್ ಹಡಗಿನ ಅತೀ ಕತ್ತಲಿನ ಪ್ರದೇಶದಲ್ಲಿರುತ್ತದೆ. ನಿಮ್ಮ ಹಸ್ತವನ್ನು ಕಣ್ಣೆದುರು ಹಿಡಿದರೂ ಕಾಣಲಾರದಂತಹ ಕತ್ತಲು. ಜೊತೆಗೆ ಹಡಗಿನ ಓತಪ್ರೋತವಾಗಿ ಸಾಗಿದ ಮೆಷಿನ್ ಗಲಾಟೆ. ನಿಮ್ಮನ್ನು ವಿಚಲಿತಗೊಳಿಸಲು, ನಿಮ್ಮನ್ನು ವೈಫಲ್ಯಕ್ಕೆ ತಳ್ಳಲು ಈ ಎಂಜಿನ್ ಶಬ್ದವೇ ಸಾಕಾಗುತ್ತದೆ.

ಕೀಲ್‌ನ ತಳಭಾಗದಲ್ಲಿ ಇದ್ದಾಗ, ಎಲ್ಲಾ ಸೀಲ್‌ಗಳಿಗೆ ಇದು ಗೊತ್ತು, ನೀವು ಶಾಂತವಾಗಿ–ಸಂಯಮದಿಂದ– ನಿಮ್ಮೆಲ್ಲ ಕೌಲಶ್ಯಗಳನ್ನು, ದೈಹಿಕ ಶಕ್ತಿಗಳನ್ನು ಮತ್ತು ಆಂತರಿಕ ಬಲವನ್ನು ಒಟ್ಟುಗೂಡಿಸಿ ಪ್ರಯೋಗಿಸಬೇಕಾಗುತ್ತದೆ.

ನೀವು ಜಗತ್ತನ್ನು ಬದಲಿಸಬೇಕೆಂದಿದ್ದರೆ, ನಿಮ್ಮ ಬದುಕಿನ ಅತ್ಯಂತ ಕತ್ತಲಿನಲ್ಲೂ ನಿಮ್ಮಲ್ಲಿನ ಅತ್ಯುತ್ತಮ ಪ್ರದರ್ಶನವನ್ನು ನೀವು ನೀಡಬೇಕು.

ಟ್ರೈನಿಂಗ್‌ನ ಒಂಭತ್ತನೇ ವಾರವನ್ನು 'ಹೆಲ್ ವೀಕ್' ಎಂದು ಕರೆಯಲಾಗುತ್ತದೆ. ಆ ಆರು ದಿನಗಳ ಕಾಲ ನಿದ್ದೆಯಿಲ್ಲ, ನಿರಂತರವಾಗಿ ದೈಹಿಕ ಮಾನಸಿಕ ಕಿರುಕುಳ, ಮತ್ತು ಒಂದು ವಿಶೇಷ ದಿನಪೂರ್ತಿ ಕೆಸರಿನಲ್ಲಿನ ಬದುಕು. ಮಡ್‌ಫ್ಲೇಟ್ಸ್ ಎನ್ನುವ ಈ ಕೆಸರಿನ ಹೊಂಡ ಸ್ಯಾನ್ ಡಿಯಾಗೋ ಮತ್ತು ತಿಜ್ವಾನಾಗಳ ನಡುವೆ ಇದ್ದು, ಇಲ್ಲಿ ನೀರು ಹರಿದು ಹೋಗಿ ಮಣ್ಣು ಕೆಸರಾಗಿ ಒಂದೆಡೆ ಮಡುಗಟ್ಟಿರುವ ಸ್ಥಿತಿ. ಅದು ಇಳಿದಾಗ ನಿಮ್ಮನ್ನು ಸತ್ತುವರೆಯುತ್ತದೆ.

ಅದೊಂದು ಬುಧವಾರದಂದು ನಿಮ್ಮನ್ನು ಹೆಲ್‌ವೀಕ್‌ಗೆ ಒಡ್ಡಲಾಗುತ್ತದೆ ಮತ್ತು ನೀವು ಮುಂದಿನ ಹದಿನೈದು ತಾಸುಗಳನ್ನು ಈ ಕೆಸರಿನ ಹೊಂಡದಲ್ಲಿ ಮಂಜುಗಟ್ಟಿದ ಚಳಿಯಲ್ಲಿ, ಬೀಸುವ ಕುಳಿರ್ಗಾಳಿಯ ಹೊಡೆತವನ್ನು ಸೈರಿಸುತ್ತ, ಟ್ರೈನಿಂಗ್‌ನ್ನು ಬಿಟ್ಟುಹೋಗುವಂತೆ ಪದೇ ಪದೇ ಒತ್ತಡ ತರುವಂತೆ ಮಾಡುವ ಬೋಧಕರ ಮಾತುಗಳನ್ನು ಕೇಳಿಸಿಕೊಳ್ಳಬೇಕಾಗುತ್ತದೆ.

ಆ ಸಂಜೆ ಹೊತ್ತು ಕಂತುವ ಸಮಯ ನನ್ನ ಟ್ರೈನಿಂಗ್ ಕ್ಲಾಸ್ ಶುರುವಾಯಿತು. ಕೆಲವು ವಿಪರೀತ ನಿಯಮಗಳನ್ನು ಕೆಸರಿನೊಳಕ್ಕೆ ತೂರಿಬಿಡಲಾಯಿತು. ಕೆಸರು ಪ್ರತಿಯೊಬ್ಬರನ್ನು ಎಷ್ಟರಮಟ್ಟಿಗೆ ನುಂಗಿತ್ತು ಎಂದರೆ ನಮ್ಮ ತಲೆಗಳು ಮಾತ್ರ ಮೇಲಕ್ಕೆ ಎದ್ದು ಗೋಚರವಾಗುತ್ತಿತ್ತು. ಐದು ಮಂದಿ ಈ ಪರಿಕ್ರಮವನ್ನು ಬಿಟ್ಟು ತೆರಳುವುದಾದರೆ ಮಾತ್ರವೇ ನೀವು ಕೆಸರಿನಿಂದ ಹೊರಕ್ಕೆ ಬರಲು ಪರವಾನಗಿ ಇದೆ ಎಂದು

ಬೋಧಕರು ಹೇಳಿದರು. ಕೇವಲ ಐದು ಮಂದಿ, ನಿಮ್ಮನ್ನು ಜೀವಹಿಂಡುತ್ತಿರುವ ಈ ಚಳಿಯಿಂದ ರಕ್ಷಿಸಬಹುದು ಎಂದರು.

ನಾನು ಕೆಸರಿನ ಹೊಂಡದ ಸುತ್ತಲೂ ಕಣ್ಣೋಡಿಸಿದಾಗ, ಕೆಲವು ವಿದ್ಯಾರ್ಥಿಗಳು ಅದಾಗಲೇ ಅಲ್ಲಿಂದ ಬಿಟ್ಟೋಡಲು ತಯಾರಿದ್ದಂತೆ ತೋರಿತು. ಸೂರ್ಯೋದಯವಾಗುವುದಕ್ಕೆ ಇನ್ನೂ ಎಂಟು ತಾಸು ಬಾಕಿಯಿತ್ತು. ಎಲುಬನ್ನು ಕತ್ತರಿಸುವ ಚಳಿಯಿಂದ ಬಿಡುಗಡೆ ಹೊಂದುವುದಕ್ಕೆ ಇನ್ನೂ ದೀರ್ಘವಾದ ಎಂಟು ತಾಸು ಬೇಕು. ಕಟಕಟನೆ ಹಲ್ಲುಗಳು ಕಡಿಯುತ್ತಿದ್ದವು ಮತ್ತು ಟ್ರೈನಿಗಳ ಚಿಂತಾಜನಕ ರೋದನ ಎಷ್ಟು ಜೋರಾಗಿ ಕೇಳಿಸುತ್ತಿತ್ತೆಂದರೆ, ಅಲ್ಲಿ ಬೇರೇನೂ ಕೇಳುವುದಕ್ಕೆ ಆಸ್ಪದವಿರಲಿಲ್ಲ. ಆಮೇಲೆ ಒಂದು ಧ್ವನಿ ಆ ರಾತ್ರಿ ಅಲ್ಲಿ ಮೇಲೆದ್ದು ಪ್ರತಿಧ್ವನಿಸಿತು. ಅದೊಂದು ಕರ್ಕಶ ಹಾಡಾಗಿತ್ತು. ಆ ಹಾಡು ಎಷ್ಟು ಕೆಟ್ಟ ದಾಟಿಯಲ್ಲಿ ಮೊಳಗಿತೋ ಅದರಲ್ಲಿ ಅಷ್ಟೇ ಉತ್ಸಾಹ ಬೆರೆತುಕೊಂಡಿತ್ತು. ಒಂದು ಧ್ವನಿ ಎರಡಾಯಿತು, ಎರಡು ಮೂರಾಯಿತು, ನಂತರ ಕ್ಲಾಸಿನ ಪ್ರತಿಯೊಬ್ಬರೂ ಹಾಡಲು ಶುರು ಮಾಡಿದರು.

ಒಬ್ಬ ಮನುಷ್ಯ ತನ್ನ ಸಂಕಟದಿಂದ ಪಾರಾದನೆಂದರೆ ಇತರರೂ ಪಾರಾಗುತ್ತಾರೆ ಎಂದು ನಮಗನ್ನಿಸಿತು. ನಾವು ಹಾಡುತ್ತಲಿದ್ದರೆ ಕೆಸರಿನಲ್ಲಿ ಹೆಚ್ಚು ಸಮಯ ತಂಗಬೇಕಾದ ಶಿಕ್ಷೆ ಇದ್ದಿರುತ್ತದೆ ಎಂದು ಬೋಧಕರು ಬೆದರಿಕೆ ಹಾಕಿದರು. ಆದರೆ ಹಾಡುವುದು ಮುಂದುವರಿಯಿತು. ಕೆಸರು ತುಸು ಬೆಚ್ಚಗಾದ ಹಾಗೆ ಆಯಿತು. ಗಾಳಿ ಸ್ವಲ್ಪ ಸಾವಧಾನವಾಗಿ ಬೀಸತೊಡಗಿತು. ಬೆಳಕಾಗುವುದಕ್ಕೆ ಇನ್ನು ಹೆಚ್ಚು ಸಮಯ ಉಳಿದಿರಲಿಲ್ಲ. ನನ್ನ ಜೀವಮಾನದಲ್ಲಿ ಜಗತ್ತಿನಾದ್ಯಂತದ ನನ್ನ ಪಯಣದಲ್ಲಿ ಒಂದು ವಿಷಯವನ್ನು ಕಲಿತೆ, ಅದೇ ಭರವಸೆಯ ಶಕ್ತಿ. ಒಬ್ಬ ವ್ಯಕ್ತಿಯ ಶಕ್ತಿ, ಒಬ್ಬ ವಾಷಿಂಗ್‌ಟನ್, ಲಿಂಕನ್, ಕಿಂಗ್, ಮಂಡೇಲಾ ಮತ್ತು ಪಾಕಿಸ್ತಾನದ

ಮಲಾಲಾ ಎಂಬ ಕಿಶೋರಿಯೂ ಅದರಲ್ಲಿ ಸೇರಿದಳು. ಜಗತ್ತನ್ನು ಒಬ್ಬನೇ ವ್ಯಕ್ತಿ ಬದಲಿಸಲು ಸಾಧ್ಯವಿದೆ, ಜನರಿಗೆ ಭರವಸೆಯ ಶಕ್ತಿಯನ್ನು ನೀಡುವುದರ ಮೂಲಕ.

ನೀವು ಜಗತ್ತನ್ನು ಬದಲಿಸಬೇಕೆಂದರೆ, ಕತ್ತಿನ ಮಟ್ಟಕ್ಕೆ ನೀವು ಕೆಸರಿನಲ್ಲಿ ಮುಳುಗಿದ್ದರೂ, ಹಾಡಲು ತೊಡಗಿದರೆ ಅದು ಸಾಧ್ಯ.

ಎಲ್ಲಾ ವಿದ್ಯಾರ್ಥಿಗಳಿಗೆ ಕಾಣಿಸುವ ಹಾಗೆ ಸೀಲ್ ಟ್ರೈನಿಂಗ್‌ನ ಅಂಗಣದಲ್ಲಿ ಒಂದು ಹಿತ್ತಾಳೆಯ ಗಂಟೆಯನ್ನು ತೂಗಿಡಲಾಗಿರುತ್ತದೆ. ನೀವು ಟ್ರೈನಿಂಗ್‌ನ್ನು ಬಿಟ್ಟು ಹೊರಟು ಹೋಗಬೇಕೆಂದಿದ್ದರೆ ಆ ಗಂಟೆಯನ್ನು ಬಾರಿಸಿದರೆ ಸಾಕು. ಗಂಟೆಯನ್ನು ಬಾರಿಸಿ, ಮತ್ತೆ ನೀವು ಐದು ಗಂಟೆಯ ಹೊತ್ತಿಗೆ ಏಳುವ ಅಗತ್ಯವಿರುವುದಿಲ್ಲ. ಗಂಟೆಯನ್ನು ಬಾರಿಸಿ, ನೀವು ಮಂಜುಗಟ್ಟಿದ ಶೀತದ ನೀರಿನಲ್ಲಿ ಈಜುವ ಪ್ರಮೇಯವಿರುವುದಿಲ್ಲ. ಗಂಟೆಯನ್ನು ಬಾರಿಸಿ, ನೀವು ದೀರ್ಘ ಓಟಗಳನ್ನು, ತಡೆಯೋಟಗಳನ್ನು, ಫಿಸಿಕಲ್ ಟ್ರೈನಿಂಗ್‌ನ್ನು ಮತ್ತು ಟ್ರೈನಿಂಗ್‌ನ ಯಾವುದೇ ಕಠಿಣ ಪರಿಕ್ರಮಗಳನ್ನು ಸಹಿಸಿಕೊಳ್ಳುವ ಅವಶ್ಯಕತೆ ಇರುವುದಿಲ್ಲ.

ಸುಮ್ಮನೆ ಗಂಟೆಯನ್ನು ಬಾರಸಿದರಷ್ಟೇ ಸಾಕು.

ನೀವು ಜಗತ್ತನ್ನು ಬದಲಿಸಬೇಕೆಂದಿದ್ದರೆ ಯಾವತ್ತೂ, ಎಂದೆಂದಿಗೂ ಗಂಟೆಯನ್ನು ಬಾರಿಸಲು ಹೋಗದಿರಿ.

2014ರ ಪದವೀಧರ ಕ್ಲಾಸುಗಳ ವಿದ್ಯಾರ್ಥಿಗಳು ಇನ್ನೊಂದೆರಡು ಕ್ಷಣಗಳಲ್ಲೇ ನಿಮ್ಮ ಪದವಿಯನ್ನು ಸ್ವೀಕರಿಸಲಿದ್ದೀರಿ. ನಿಮ್ಮ ಬದುಕಿನ ಪಯಣವನ್ನು ಆರಂಭಿಸಲು ಕೆಲವೇ ಕ್ಷಣಗಳಿವೆ. ಜಗತ್ತನ್ನು ಉತ್ತಮವಾಗಿ ಬದಲಿಸಲು ಇನ್ನೊಂದೆರಡು ಕ್ಷಣಗಳೇ ಬಾಕಿ ಉಳಿದಿವೆ. ಅದು ಅಷ್ಟು ಸುಲಭವೇನೂ ಅಲ್ಲ.

ಪ್ರತಿದಿನವನ್ನು ಒಂದು ಕಾರ್ಯಭಾರವನ್ನು ಮುಗಿಸುವುದರೊಂದಿಗೆ ಪ್ರಾರಂಭಿಸಿ. ಬದುಕಿನಲ್ಲಿ ನಿಮಗೆ ಸಹಾಯಕ್ಕೆ ಬರುವ ಯಾರನ್ನಾದರೂ ಗುರುತಿಸಿಕೊಳ್ಳಿ. ಎಲ್ಲರನ್ನೂ ಗೌರವಿಸಿ. ಬದುಕು ನ್ಯಾಯಸಮ್ಮತವಲ್ಲ ಎಂಬುದು ನೆನಪಿರಲಿ ಮತ್ತು ನೀವು ಆಗಾಗ ಸೋಲುತ್ತಲೇ ಹೋಗಬಹುದು, ಆದರೆ ಕೆಲವೊಂದು ಅಪಾಯಗಳನ್ನು ನೀವು ಎದುರಿಸಲು ಸನ್ನದ್ಧರಾದರೆ, ಅದೂ ಸಂದಿಗ್ಧತೆಯ ಸಮಯದಲ್ಲಿ, ಪುಂಡರನ್ನು ಮಣ್ಣುಮುಕ್ಕಿಸಿ, ಅಸಹಾಯಕರನ್ನು ಮೇಲೆತ್ತಲು ಸಹಾಯ ಮಾಡಿ, ಮತ್ತು ಎಂದೆಂದಿಗೂ ಬಿಟ್ಟು ಓಡಿಹೋಗದಿರಿ... ಈ ವಿಷಯಗಳನ್ನು ಮನವರಿಕೆ ಮಾಡಿಕೊಂಡರೆ ಮುಂಬರುವ ಪೀಳಿಗೆ, ತದನಂತರದ ಪೀಳಿಗೆಗಳಿಗೆ ಜಗತ್ತು ಎಷ್ಟೋ ಉತ್ತಮ ಮಟ್ಟದಲ್ಲಿ ಗೋಚರಿಸಬಹುದು. ಮತ್ತು ಇಂದೇನು ಇಲ್ಲಿ ಶುರುವಾಗಿದೆಯೋ, ಜಗತ್ತನ್ನು ನಿಜಕ್ಕೂ ಬದಲಿಸಲು ಕಾರಣವಾಗಬಹುದು.

ನಿಮಗಿದೋ ಅನಂತ ಧನ್ಯವಾದಗಳು. ಇವರನ್ನು ಹಾರ್ನ್ಸ್‌ಗಳಿಂದ ಅಲಂಕರಿಸಿ.

ಆಭಾರ ಮನ್ನಣೆ

ನಾನು ನನ್ನ ಸಂಪಾದಕಿ ಜ್ಯಾಮಿ ರಾಬ್ ಅವರಿಗೆ, ಅವರ ತಾಳ್ಮೆ ಮತ್ತು ಪರಸ್ಪರ ತಿಳುವಳಿಕೆಗಾಗಿ ಕೃತಜ್ಞನಿದ್ದೇನೆ. ನಿಮ್ಮ ಕೌಶಲ್ಯದಿಂದ ಈ ಕೃತಿಯನ್ನು ಸುಂದರವಾಗಿಸಿ, ಬಹುಕಾಲ ಉಳಿಯುವಂತೆ ಮಾಡಿದ್ದೀರಿ. ಈ ಪುಸ್ತಕದಲ್ಲಿ ಕೆಲವು ನನ್ನ ಮಿತ್ರರ ಹೆಸರುಗಳನ್ನು ಬಳಸಲು ಒಪ್ಪಿದವರಿದ್ದಾರೆ, ಅವರಿಗೆ ನನ್ನ ಕೃತಜ್ಞತೆಗಳು. ಎಂತಹ ಪ್ರತಿಕೂಲಾವಸ್ಥೆಯಲ್ಲೂ ನಿಮ್ಮ ಮುಖದಲ್ಲಿನ ಧೀರತನ ಅನೇಕ ಸಲ ನಿಮ್ಮ ಗಮನಕ್ಕೆ ಬಾರದಿದ್ದರೂ, ನನಗೆ ಸ್ಫೂರ್ತಿದಾಯಕವಾಗಿ ಪರಿಣಮಿಸಿದೆ, ಅದಕ್ಕೋಸ್ಕರ ಕೃತಜ್ಞತೆಗಳು.

ಲೇಖಕರ ಬಗೆಗೆ

ಅಡ್ಮಿರಲ್ ವಿಲಿಯಂ ಎಚ್. ಮೆಕ್‌ರಾವೆನ್ (ಯು.ಎಸ್.ನೇವಿ ರಿಟೈರ್ಡ್), ನೇವಿಯಲ್ಲಿ ವಿಶಿಷ್ಟ ರೀತಿ ಸೇವೆಯನ್ನು ಸಲ್ಲಿಸಿದವರು. ನೇವಿ ಸೀಲ್‌ನ ಅವರ ಮೂವತ್ತಾರು ವರ್ಷಗಳ ಅವರು ಹಲವು ಗ್ರೇಡ್‌ನ ಕಮಾಂಡರ್ ಆಗಿದ್ದರು. ಫೋರ್ ಸ್ಟಾರ್‌ಡ್ಮಿರಲ್ ಅಡ್ಮಿರಲ್ ಆಗಿದ್ದ ಅವರು, ಅಂತಿಮವಾಗಿ ಯು.ಎಸ್. ಸ್ಪೆಶಲ್ ಆಪರೇಶನ್ ಫೋರ್ಸ್‌ನ ಕಮಾಂಡರ್ ಆಗಿದ್ದರು. ಸದ್ಯ ಅವರು ಟೆಕ್ಸಾಸ್ ಯುನಿವರ್ಸಿಟಿ ಸಿಸ್ಟಮ್‌ನ ಚಾನ್ಸಲರ್ ಆಗಿದ್ದಾರೆ.